प्रेरणादायी
प्रवास...
एका 'हिरो'चा

I0633090

प्रेरणादायी
प्रवास...
एका 'हिरो'चा

ओ. पी. मुंजाल यांच्या
आयुष्यातून शिकण्यासारखे...

लेखिका
प्रिया कुमार
अनुवाद
पराग पोतदार

प्रस्तावना – राम चरण

VISHWAKARMA
PUBLICATIONS
VP

प्रेरणादायी प्रवास... एका 'हिरो'चा

The Inspiring Journey of A Hero
First Published by - Penguin Books India 2014

प्रथमावृत्ती : एप्रिल, २०१५

© प्रिया कुमार

अनुवाद : पराग पोतदार

ISBN 978-93-83572-37-3

सर्व हक्क सुरक्षित. पुस्तकातील कोणताही मजकूर, कोणत्याही स्वरूपात किंवा कोणत्याही प्रकारे पुन:प्रकाशित अथवा संग्रहित करण्यासाठी प्रकाशकाची पूर्वपरवानगी घेणे बंधनकारक आहे.

प्रकाशक :
विश्वकर्मा पब्लिकेशन्स्
२८३, बुधवार पेठ, सिटी पोस्टाजवळ,
पुणे ४११ ००२
फोन नं. : ०२०-२०२६११५७/२४४४८९८९
ई-मेल : info@vpindia.co.in
वेबसाइट : www.vpindia.co.in

मुखपृष्ठ : अभिषेक दरेकर – विश्वकर्मा पब्लिकेशन्स्

अक्षरजुळणी व मांडणी : अभिषेक दरेकर – विश्वकर्मा पब्लिकेशन्स्

अंतरंग

लेखकाचे मनोगत	९
ऋणनिर्देश	१३
पुस्तक साकारण्यामागील खरा केंद्रबिंदू	१५
विशेष आभार	१७
अनुवादकाचे मनोगत	१९
प्रस्तावना – राम चरण	२३
विषय प्रवेश...	२७
आणि प्रवास सुरू झाला...	३९
स्वतःच्याच शब्दांतून स्वतःला उलगडताना...	४३
१. भरभक्कम वृक्षाची मुळं खोलवर रुजलेली असावी लागतात.	४५
२. सुरुवातीचे दिवस	४९
३. ओमप्रकाशचे हिरो	५१
४. शोध लागला पॅशनचा	५३
५. अत्यंत प्रेमळ	५७
६. शाळेच्या चौकटीबाहेरचे खरे शिक्षण	६५
७. कधीही जबाबदाऱ्या टाळू नका	६९
८. मुंजाल बंधू, हिरोंचा परिवार	७३

९. अपेक्षापूर्ती   ७७

१०. आव्हानांनी अर्थ मिळे आयुष्याला...   ७९

११. आव्हाने असतातच पादाक्रांत करण्यासाठी...   ८७

१२. आयुष्य तुम्हाला खाली ढकलतंय... उभे रहा!   ९१

१३. शोध नव्या क्षितीजांचा...   ९३

१४. संधी असतेच स्वीकारण्यासाठी...   ९५

१५. शिस्त हेच स्वप्नाळू माणसाचे शस्त्र   ९७

१६. हाऊस नं. २६ अन् तेथील दोन वॉशबेसिन्स!   १०१

१७. गर्दीचा भाग व्हायचं म्हणून खाली येऊ नका   १०५

१८. लोक हीच खरी संपत्ती   १०९

१९. शिखरावर नेहमी तुम्ही एकटेच असता...मग तुमच्या
    लोकांना तुमच्यासोबत घ्या!   ११३

२०. गैर खपवून न घेणारा टास्कमास्टर!   ११९

२१. समानतेतून एकात्मतेकडे...   १२५

२२. विनम्रतेचे आदर्श प्रतिक..   १२९

२३. सुरक्षित भविष्यासाठी विस्तारच हवा...   १३१

२४. स्पर्धा तुमच्या भूतकाळाशी करा, लोकांशी नव्हे!   १३५

२५. तुमच्या सोबत काम करणाऱ्या लोकांची स्वप्ने जपा   १३९

२६. ग्राहकांना कधीही फसवू नका.   १४३

२७. जस्ट-इन-टाईम   १४७

२८. पाठीवर पुरस्काराची थाप   १४९

२९. तुमची टीम आणि तुमच्या पाठराख्यांना कधीही
    अपयशी होऊ देऊ नका   १५१

३०. त्यांचा केवळ शब्द पुरेसा...   १५३

३१. नेतृत्व घडवा आणि त्यांना त्यांची वाट घडवू द्या   १५५

३२. रोजचा दिवस नित्यनूतन, नव्या आश्वासनांचा आणि
    अधिक चांगल्या संधींचा   १५९

३३. धरसोडपणा नको !   १६१

३४. यशस्वी बनण्याची शिस्त हीच गुरुकिल्ली   १६३

३५. साधी राहणी, उद्य विचारसरणी   १६५

३६. प्रत्येक गोष्टीचा शेवट आनंदाने.   १६९

३७. आनंदी माणूस अपसेट का होईल ?   १७१

३८. डिलर्सचा हिरो   १७३

३९. काम हीच पूजा   १७७

दोन शब्द प्रशंसेचे...   १८०

पुरस्कार आणि सन्मान   १८३

लेखकाचे मनोगत

माझ्या बालपणातच ज्याची सोनेरी पावले उमटताना दिसत होती, त्या लेखक होण्याच्या प्रवासाची सुरुवात झाल्यानंतर मी प्रथमतः एक गोष्ट ठरवली होती. ज्या व्यक्तीने मूल्य, नैतिकता आणि यश यांच्याबाबतीत राष्ट्रीय आणि आंतरराष्ट्रीय स्तरावर स्वतःचा असा एक मानदंड प्रस्थापित केलेला असेल अशाच एखाद्या अद्वितीय व्यक्तिमत्त्वावर आपण लेखन करावे अशी माझी मनापासून इच्छा होती. अर्थात आपल्या संपूर्ण जगात आणि देशात अशा ललामभूत आणि प्रेरणादायी व्यक्तिमत्त्वांची निश्चितच वानवा नाही. परंतु, मी अशा एखाद्या व्यक्तिमत्त्वाच्या शोधात होते, जी अद्याप त्या अर्थाने प्रकाशझोतात आलेली नसेल. आणि मला गवसले... ओ. पी. मुंजाल. हिरो सायकल्सचे अध्यक्ष. माझ्यासाठी हा म्हणजे अक्षरशः एक जॅकपॉट होता.

मला त्यांच्याविषयीची अत्यंत भावलेली गोष्ट म्हणजे, त्यांना आपल्याविषयी लिहिले जाणार आहे, याचे कसलेही अप्रूप नव्हते किंवा प्रसिद्धीचा सोसही नव्हता. मी जेव्हा इंटरनेटवर शोध घेतला तेव्हा मला त्यांच्याविषयीची जुजबी माहिती प्राप्त झाली. त्यामुळे माझा उत्साह द्विगुणित झाला. कारण हेच मला हवे होते, त्यांच्या आणि जगाच्या मध्ये मी आता एक दुवा बनणार होते. पडद्यामागे दडलेले एक व्यक्तिमत्त्व बाहेर आणून जगाच्या समोर आणण्याचा प्रयास मी करणार होते.

या पुस्तकाचे लेखन करताना हिरो सायकल्सने त्यांचा व्यवसाय कसा वाढवत नेला यावर माझा अजिबात भर नव्हता. एखाद्या व्यवसायाची पायाभरणी करताना ज्या नीतीमूल्यांची पेरणी केली जात असते ती मला समोर आणायची होती. कारण ही मूल्येच मोठी साम्राज्ये उभी करतात. शाश्वत अशा यशाला नीतीमूल्यांचा भरभक्कम असा आधार असतो असा

माझा विश्वास आहे. जेव्हा मूल्ये योग्य रितीने प्रस्थापित झालेली नसतात तेव्हाच कसे आणि काय हे प्रश्न उभे राहतात. हे सर्व कसे करायचे हे आपल्याला नक्की माहीत असते, काय करायचे हे देखील आपल्याला माहीत असते परंतु तरीही हरवलेल्या मुल्यांमुळे निर्माण झालेली एक संभ्रमावस्था सार्वत्रिक अनुभवास येते. तुम्ही निवडलेले औद्योगिक क्षेत्र कोणतेही असो, ज्या मूल्यांच्या व मार्गदर्शक तत्त्वांच्या बळावर यशाची वाट आखली जाते त्यांना प्रकाशात आणण्याचा प्रयत्न 'प्रेरणादायी प्रवास... एका 'हिरो'चा' या पुस्तकाच्या माध्यमातून केला आहे.

एक संपन्न व्यक्तिमत्त्व असण्याबरोबरच यशस्वी उद्योजक असलेले ओ. पी. मुंजाल यांनी जे काही साम्राज्य उभे केले आहे, त्यामुळे केवळ त्यांनी पंजाबच्या अर्थकारणाचा चेहरामोहराच बदलून टाकला असे नाही, तर हिरो सायकल्स ही जगातील सर्वाधिक सायकल उत्पादन करणारी कंपनी बनवून दाखवली. अशा व्यक्तिमत्त्वाच्या जीवनाचा वेध घेणारे हे पुस्तक लिहिण्याची संधी माझ्यासाठी अर्थातच अभिमानाची बाब ठरली. पंजाबमधील एकूण सायकल उत्पादनामध्ये ९० टक्के वाटा हा एकट्या हिरो सायकल्सचा आहे. या कंपनीच्या माध्यमातून तेथील लोकांसाठी थेट रोजगार प्राप्त झालाच कंपनीने ३०० वितरक केंद्रे स्थापन केली. त्याचप्रमाणे या कंपनीमुळे प्रत्यक्ष आणि अप्रत्यक्षरित्या १५००० लोकांना रोजगार प्राप्त झाला. राज्याला कराच्या माध्यमातून लाभ तर मिळवून दिलाच त्याच्या जोडीला ओ. पी. मुंजाल यांच्या नेतृत्वाखाली हिरो सायकल्सने वितरणाचे एक जाळे उभारून पंजाबला सायकल उत्पादनाचे 'हब' बनवले. पंजाबमधून १.५ दशलक्ष सायकलींची परदेशांत निर्यात केली जाते तसेच एकूण व्यावसायिक प्रगतीतही झेप घेतली आहे. (पंजाबच्या एकूण निर्यातीतील ८ टक्के वाटा) उत्पादनाच्या बाबतीत या कंपनीचा एकूण व्यवस्थेतील वाटा २१ टक्के आहे तर औद्योगिक रोजगारनिर्मितीमध्ये २५ टक्के वाटा आहे.

ओ. पी. मुंजाल यांनी हे कसे साध्य केले असेल? जगातील सर्वाधिक सायकलींचे उत्पादन करणारी कंपनी म्हणून गिनिज बुक ऑफ वर्ल्ड रेकॉर्डसमध्ये जिचे नाव झळकले अशी जागतिक दर्जाची कंपनी त्यांनी कशी सुरू केली असेल? हिरो सायकल्सच्या निर्मितीमध्ये त्यांनी जी मार्गदर्शक तत्त्वे आणि नीतीमूल्ये प्रस्थापित केली, त्यांची उकल करून या प्रश्नांची उत्तरे देण्यावर माझा भर आहे. नुसता इतिहास सांगण्यात काही अर्थ नाही.

मूल्यांचे अधिष्ठान असल्याखेरीज केले जाणारे प्रयत्न फार काळ टिकत नाहीत. तत्वांचा आधार असलेल्या कामातून केवळ तत्कालिक लाभ मिळतात परंतु त्यामध्ये भविष्यातील अधोगतीची चिन्हे दडलेली असतात. हे पुस्तक साकारले जात असताना मलाच सर्वाधिक त्याचा लाभ झाला आहे. अशीही माणसं असू शकतात हे समजून घ्यायचं असेल ओ. पी. मुंजाल यांना प्रत्यक्ष भेटायलाच हवं. या पुस्तकाच्या निमित्ताने काही महिन्यांच्या कालावधीत त्यांना समजून घेताना, मला स्वतःला चालना मिळाली, मला प्रेरणा मिळाली आणि त्याहीपेक्षा सर्वात महत्त्वाचे, त्यांचा शुभाशीर्वाद मिळाला. त्यांनी यशाची व्याख्याच एका वेगळ्या उंचीवर नेऊन ठेवली आहे. त्यांनी यशाला एक आध्यात्मिक अधिष्ठान आणि आयाम प्राप्त करून दिले आहे. ओ. पी. मुंजाल यांच्या जीवनविषयक तत्त्वज्ञानामध्ये व्यावसायिकतेची व्याख्याच नव्याने पुन:प्रस्थापित करण्याची क्षमता आहे. कामाप्रती असणारे त्यांचे प्रेम, झपाटलेपण आणि हितचिंतक, कर्मचारी आणि ग्राहकाप्रती असणारी त्यांची पराकोटीची आस्था या गोष्टी मार्गदर्शक व प्रेरकआहेत. काम आणि खाजगी आयुष्य यांच्यामध्ये नेमके संतुलन साधू शकणाऱ्यांपैकी ओ. पी. मुंजाल एक आहेत. न्याय आणि मूल्यांचे जतन करण्यासाठी खंबीरपणे उभे राहणाऱ्यातले तआहेत. खंबीरपणा आणि झोकून देऊन काम करण्याच्या बाबतीत ते आदर्श आहेत. त्यांच्या उद्दिष्टांशी ते अत्यंत प्रामाणिक असतात.

हे पुस्तक लिहिताना अलिप्त राहून लेखन करण्याचा मी प्रयत्न केला आहे तरीही त्यात काही वेळा अपयशही आले आहे. त्यामुळे ओ. पी. मुंजाल आणि त्यांची मूल्ये यांच्याविषयी मी लिहित असताना माझ्याकडून जी अनेक विशेषणे लावली जात असत त्यावर सातत्याने 'चेक' ठेवण्याचे काम माझ्या संपादकांना करावे लागले. मी या पुस्तकाच्या दोन आवृत्त्या लिहिलेल्या आहेत. एक म्हणजे, त्यांची फॅन म्हणून. कारण ओ. पी. मुंजाल या व्यक्तिमत्त्वाने मला फार मोठी प्रेरणा दिली आहे आणि दुसरी मी लेखक म्हणून लिहिली आहे. जेव्हा माझ्या मित्रपरिवाराने ही पहिली आवृत्ती वाचली तेव्हा त्यांनी मला प्रश्न विचारला, की खरंच असा माणूस प्रत्यक्षात आहे? कारण इतके चांगले असणेही कधी कधी खरे नाही असेच वाटू लागते.' त्याचवेळी माझ्या संपादकांनी तिथे लक्ष घालून ते लेखन अधिकाधीक अलिप्त राहील याचा प्रयत्न केला. 'फॅन' म्हणून लिहिलेली प्रत मी माझ्या

बुकशेल्फमध्ये ठेवली आणि 'चांगले आणि तितकेच खरे' ही प्रत आपल्यासमोर आणली आहे.

मी हे पुस्तक सर्वार्थाने 'हिरो' असणाऱ्या ओ. पी. मुंजाल यांनाच अर्पण करत आहे. मला तुमच्या विश्वात येण्याची परवानगी दिल्याबद्दल मनापासून आभार..

ऋणनिर्देश

पंकज, चारु, आदित्य आणि अभिषेक
तुमचे मनापासून आभार.

ओम प्रकाश मुंजाल यांचे सुपुत्र व ओ. पी. मुंजाल समूहाचे अध्यक्ष पंकज मुंजाल यांचे आभार मानल्याखेरीज मी या पुस्तकाची सुरुवात करूच शकत नाही. ते एक झपाटलेले उद्योजक असून त्यांनी हिरो सायकल्सला जागतिक स्तरावर नेले आहे. विशेष म्हणजे, यशाच्या उच्च शिखरावर असून देखील त्यांचे वडिल व त्यांची परंपरा या दोन्ही गोष्टी त्यांच्यासाठी सर्वाधीक अभिमानाच्या आहेत.

त्यांचा अतिव्यस्त असा दिनक्रम असताना आणि प्रचंड जबाबदाऱ्या खांद्यावर असताना आवश्यकतेनुसार पंकज यांनी त्यांची वेळ मला उपलब्ध करून दिली आणि तितकेच सन्मानाने वागवले. जेव्हा एखादा लेखक एखाद्याच्या वडिलांविषयी लिहिण्याची परवानगी मागत असतो तेव्हा नकळतपणे तो त्यांच्या कुटुंबामध्ये प्रवेश करण्याची अनुमती गृहीत असते. याचा अर्थ काही वेळा तो अशा काही सत्य परिस्थिती पाहणार असतो ज्या गोष्टी पूर्णपणे व्यक्तीगत व खासगी असतात. लेखकाच्या या लेखनप्रवासासाठी उपयुक्त ठरावे आणि त्यातून एका व्यक्तिमत्त्वाचे कथानक उलगडावे यासाठी कुटुंबातील सदस्यांना त्यांच्या परीने वेळेसह योगदान द्यावे लागणार असते. हे सारे लक्षात घेऊन त्यांचे वडिल प्रसिद्धीविन्मुख असतानाही माझी जी धडपड होती त्यासाठी पंकज यांनी बहुमोल मदत केली आणि आवश्यक सर्व सहकार्य दिले. या पेक्षा आणखी काय हवं असतं?

हिरो सायकल्सचा प्रवास आणि त्यांच्या कुटुंबियांचे आयुष्य समजून घेण्यासाठी मला मनसोक्त फिरू देण्याची मुभा पंकज यांनी मिळवून दिली

त्याबद्दल मी त्यांची अत्यंत ऋणी आहे. त्यांच्या सहकार्यामुळेच हे पुस्तक साकारू शकले आहे. या सर्व कुटुंबाचा जीव की प्राण असणारी चारु हिने कुटुंबाविषयीची मौलिक माहिती मला दिली आणि हे पुस्तक लिहित असताना वेळोवेळी तिचा प्रतिसाद मला मिळत होता.

मुंजाल यांचे जीवन पुस्तकरुपाने साकारण्याची मूळ कल्पना आदित्य आणि अभिषेक यांची. त्यांचे आपल्या आजोबांवर मनापासून प्रेम आणि श्रद्धा. या पुस्तकाच्या निर्मीतीमध्ये त्यांचेही योगदान तितकेच मोलाचे.

पुस्तक साकारण्यामागील खरा केंद्रबिंदू : प्रियांका मल्होत्रा

प्रियांका मल्होत्रा ही ओ. पी. मुंजाल यांची सर्वात लहान मुलगी. ती या पुस्तकाचा खरा प्रेरणास्त्रोत आहे. मला असे लेखक माहीत आहेत, जे एखाद्या विषयासाठी अथक प्रयत्न करतात, त्यांच्या संयमाची कसोटी लागते आणि तरीही संपूर्ण जगाला ऐकवता येईल असे कथासूत्र त्यांना अखेरपर्यंत गवसत नाही. लेखणी घेऊन सज्ज असलेल्या कलाकारापासून अनेकदा चांगल्या व्यक्ती, हृदयस्पर्शी घटना, अनेक प्रेरणादायी व्यक्तिमत्त्व अनेकदा जाणीवपूर्वक पुढे आणू दिली जात नाहीत आणि मग ही दरी अधिकच रुंदावत राहते आणि मग आशेच्या जगात अंधार पसरतो. म्हणून मला प्रियांकाचे आभार मानायला हवेत कारण तिने आमच्यामध्ये आवश्यक असणारा दुवा प्रस्थापित करून दिला.

मला भेटलेल्या आजवरच्या लोकांमध्ये प्रियांका ही एक खरोखर सुंदर व्यक्ती आहे. एका समृद्ध व संपन्न अशा कुटुंबात जन्म झालेला असूनही तिने 'निपुण फाउंडेशन' या तिच्या सामाजिक संस्थेच्या माध्यमातून सामाजिक कार्याचा व समाजसेवेचा वसा घेतलेला आहे. दुसऱ्यांना मदत करण्यासाठी प्रियांका सदैव तत्पर असते. त्यासाठी वेळ, पैसा आणि श्रम तिन्ही खर्ची घालण्यासाठी तिची नेहमीच तयारी असते.

प्रियांका नसती तर कदाचित हे पुस्तक साकारूच शकले नसते. हे पुस्तक साकारताना प्रियांका त्यात पूर्णपणे समरस झालेली होती आणि मी योग्य व्यक्तींशी माझा संवाद होईल, याची ती मनापासून काळजी घेत होती. या पुस्तकाच्या दृष्टीने अधिकाधिक चांगले संदर्भ उपलब्ध व्हावेत म्हणून तिने विशेष धडपड केली व माझ्यासोबत अनेक ठिकाणी प्रवास केला. तिने केवळ मला संदर्भ देऊन मला रस्ता शोधायला सोडून दिले नाही तर या संपूर्ण प्रवासात ती देखील सहभागी झाली.

एखादी मुलगी इतक्या समर्पित वृत्तीने आणि आदराने आपल्या पित्याविषयी भावना बाळगून असते तेव्हा त्यातूनच घरात रुजवलेल्या मूल्यांची आणि मुलांवर केलेल्या संस्कारांची कल्पना येते. त्यामुळे ओ. पी. मुंजाल यांचे आयुष्य जगासमोर आणण्याची भावना अधिकच तीव्र झाली.

थँक यू, प्रियांका, तू खरंच एक चांगली व्यक्ती आहेस. तुझ्यासारखी चांगली माणसं जेव्हा भेटतात तेव्हा हे जग चांगल्या हातांमध्ये आहे असा दिलासा मिळतो.

विशेष आभार

अखंड सहकार्य करणाऱ्या आणि तत्काळ मदत करणाऱ्या काही व्यक्तींशिवाय हे पुस्तक साकारू शकले नसते. ते म्हणजे, अशोक बावा, जी. डी. कपूर, एस. के. राय, अभिषेक कनोई. हे पुस्तक साकारताना त्यात उत्साहाने व आनंदाने सहभागी झालेल्या मुजांल यांच्या नातवंडांचे विशेष आभार. संपादनात मदत केल्याबद्दल निपुणचे आणि मजकुराचे मुद्रीत शोधन करण्यात मदत केल्याबद्दल रुचिकाचे खास आभार.

निरु, निता, पूनम या सर्व मुलींनीही त्यांचा जो वेळ आणि जे प्रेम मला दिले त्यासाठी खूप खूप आभार. प्रवीण मल्होत्रा, सुनिल मुंजाल, रेणुका मुंजाल, सुरेश मुंजाल, संजीव सोनी, आरती शर्मा, इशा दिवाण, श्री. पाहवा, डॉ. बावा, डॉ. बॉबी बिंद्रा, बलदेव राज, अमरीत नागपाल, भारत सोनी, गीता आनंद, श्री. गोएंका, जंग बहादूर, कैलाश कुमार गोएंका खन्ना, खुशविंदरसिंग, कुनाल सोनी, मनेक मल्होत्रा, सुरेश खन्ना, नारी हिरा, पदम कुमार, प्रमेंद्र चौधरी, राजेंद्र सेठ, राकेश जोहर, राम सरण अगरवाल, आर. सी. रस्तोगी, एस. के. मेहता, एस. के. भंडारी, संजीव पाहवा, सत पाल, श्रद्धा मनेकटला, सिद्धांत सेठ, कनिका सोनी, सुशील वोहरा, वरुण कुमार, वैभव सोनी, व्ही. आर. बदाम, हसमुख आणि प्रकाश शेलाटे, वरुण खन्ना, अरुण सरपाल, अनिल सरपाल, एस. पी. खोसला, के. बी. सुरी, श्री. मेहता आणि इतर अनेकांचे आभार. या साऱ्यांचे योगदान या पुस्तकासाठी लाभले आहे. या साऱ्यांनी वेळ दिल्यामुळे हे पुस्तक साकार झाले आहे.

अनुवादकाचे मनोगत

कर्तृत्व म्हणजे नक्की काय?
यश नक्की कशात मोजायचे?
खरा आयडॉल अथवा लीडर कुणाला म्हणावे?
या साऱ्या प्रश्नांची खरं तर आखून दिलेली, परंपरेने चालत आलेली उत्तरं आपल्या साऱ्यांकडे आहेतच.
तरीही हे प्रश्न पुन्हा एकदा नव्याने मनामध्ये का निर्माण व्हावेत?
तसं पाहिलं तर जगभरात कर्तृत्वसंपन्न व्यक्तिमत्वांच्या उदाहरणांची वानवा नाही. प्रत्येकाच्या मागे संघर्षाचा प्रवासही आहे. त्याला कमी लेखण्याचं काहीच कारण नाही. त्याला सलामही! पण यशस्वी होण्यासाठी जीवनातील नैतिक मूल्यांशी एकदाही तडजोड केलेली नसेलच असं ठामपणे सांगणारे कितीजण असतील?
इतकंच काय, काही वेळेस तर असाही अनुभव येतो की, विविध क्षेत्रांतही चमकत राहणारी माणसे दिसत राहतात ती देखील ठरवून चमकवली जात असतात. पण या झगमगाटाकडे पाठ करून फक्त कामात जीव ओतून आतून स्वयंप्रकाशित होण्याचा प्रयत्न करणारे किती जण असतील?
किंबहुना ही तडजोड अपरिहार्य मानूनच स्पर्धेत धावणारे, स्पर्धकाला मागे टाकण्यासाठी वाट्टेल त्या थराला जाणारे, स्पर्धेला 'वॉर' मानून तितक्याच निष्ठूरपणे वागत राहणारे, नितीमुल्यांना गुंडाळून यशासाठी सोनेरी चादर पसरणारेच अधिक!
ब्रँड व्हॅल्यु, मार्केट रिस्पॉन्स, नंबर १ बनण्याचे टार्गेट, फुल प्रॉफीट, इंटरनॅशनल रिच हे यशाचे सामान्यतः मापदंड बनतात. त्यात बसण्यासाठी किंवा तिथे पोहोचण्यासाठी वाट्टेल ते अक्षरशः वाट्टेल ते करण्याची, कोणत्याही थराला जाण्याची बहुतेकांची तयारी असते. मग त्यातूनच पुढे येतात मॅनेजमेंट फंडे, कम्पलसरी डेलि मिटिंग्ज, पर्सनॅलिटी इम्प्रेशन, बार्गेनिंग, टार्गेट प्रेशर्स, ओव्हरटाई. कर्मचाऱ्यांची पिळवणूक, त्यांच्यावर अन्याय. लक्ष्य एकच नफा आणि स्पर्धेत कायम पुढे!
स्पर्धा म्हटली की हे सारे आलेच, अशीच काहीशी बनत चाललेली आपलीही मानसिकता. पण याच साऱ्या 'धावत्या' जगात अचानक त्यांची भेट झाली...
ती देखील प्रत्यक्षात नव्हे केवळ शब्दांतून!
ओ. पी. मुंजाल!
हिरो सायकल्स आणि हिरोशी संलग्न विविध शाखांतून जगभरात पोहोचलेला ब्रँड ज्याने आपल्या घामातून साकारला असा हा माणूस.
शून्यातून खरोखर विश्व साकारणारा!

हिरो सायकलींच्या उत्पादनाची गिनिज बुकात सोनेरी अक्षरांत नोंद झाली तरीही हवा डोक्यात जाऊ न देता मातीशी नाळ राखलेला साधा माणूस!

कुठलेही मॅनेजमेंट फंडे न वापरता यशाची सारी शिखरे गाठणारा आणि केवळ माणसं जपून जगाला स्तिमित करणारा खराखुरा मॅनेजमेंट गुरू!

प्रस्थापित 'यशस्वी' लोकांपेक्षा हा माणूस संपूर्णतः वेगळा. त्याची यशाची व्याख्याही. त्यांचा 'कोरडा बिझनेसमन' कधीच झाला नाही.

त्यांच्यातील सच्चे माणूसपण हेच त्याचे वेगळेपण!

त्यांचे हे वेगळेपणच भावणारे, भिडणारे, स्तिमीत करणारे...

ते मानत राहिले मूल्यांना...नितीमत्तेला...संस्कारांना.

कितीही उलथापालथ झाली तरी त्यांनी याची साथ सोडली नाही... एकदाही...!

सहवासात आलेला प्रत्येकजण आपला मानला. भेदभाव कधीच नाही. कसलाच नाही.

कुणाच्याच मागे धावला नाही... कुणाशी स्पर्धाही केली नाही.

तरी तो नंबर १ बनला. जग पाहतच राहिले.

स्वार्थाने कधी आंधळा बनला नाही किंवा बेभानही झाला नाही.

तरी सारं काही मिळवत राहीला. जग अवाक झाले.

अब्जाधीश झाला तरी 'मालक' म्हणून ते कधी वागलेच नाहीत. ते कायम कर्मचाऱ्यांसोबत त्यांचेच बनून राहिले. म्हणूनच खऱ्या अर्थाने लीडर बनले.

स्वार्थासाठी दुसऱ्याचं जगणं कधी अस्वस्थ केलं नाही. दुसऱ्यांच्या असहायतेचा फायदा उचलला नाही. खोटेपणानं व्यवसाय केला नाही. किंमतीसह कशाशीही तडजोड केली नाही. तरीही बाजारात नेहमीच पुढे राहिले. म्हणून जगाने सलाम केला आणि ते 'आयडॉल' बनले.

व्यावसायिक स्पर्धेच्या नादात नंबर १ होण्यासाठी व तो क्रमांक टिकवून ठेवण्यासाठी उगीचच आटापीटा त्याने कधी केला नाही. उलट स्पर्धकांना मित्र मानून सोबत घेत राहिला. ते सगळ्यांचे मित्र आणि मार्गदर्शक बनले.

माणसातलं माणूसपण त्यांनी मोठं मानलं. त्यांच्या भावभावना, अपेक्षा, इच्छा जाणत राहिले. त्यांची दुःख आपली दुःख मानली. शक्य तिथे त्यांच्यासाठी धावत राहिला. माणसाशी खऱ्या अर्थानं माणसासारखा वागत राहिला.

असे हे व्यक्तिमत्व म्हणजे हिरो सायकल्सचे सर्वेसर्वा ओ. पी. मुंजाल.

प्रसिद्धीपराङ्मुख. शांत. निगर्वी. प्रेळ. सहृदयी. अत्यंत संवेदनशील.

तरीही एक यशस्वी उद्योजक.

अनुवादाच्या निमित्ताने 'इन्स्पायरिंग जर्नी ऑफ अ हिरो' हे पुस्तक हातात आले आणि एका अनोख्या माणसाची भेट झाल्याचा साक्षात्कार झाला. शब्दांतूनच वर्णिलेला माणूस जर थेट काळजाला भिडत असेल तर या माणसाला प्रत्यक्ष भेटण्याची संधी मिळाली असती तर...! पण तरीही मी भाग्यवान. अशा माणसावरील पुस्तकाचा अनुवाद करण्याची संधी मला लाभली आणि जाणवले की, तथाकथित यशस्वी माणसं खूप भेटतील, दिसतील. त्यांचा तात्पुरता प्रभावही पडू शकेल. पण त्यांचे अनुकरण

करू गेल्यास ती चांगली 'कॉपी' होऊ शकते कदाचित पण त्यातून जीवनविषयक मूल्यं, संस्कार, नितीमत्ता जीवनात उतरेलच असं अजिबात नाही.

ओ. पी. मुंजाल यांच्या जीवनात मात्र ते आपल्याला सारं दिसतं. आपल्या जीवनात उतरवावं असं आतून वाटतं. म्हणूनच हे पुस्तक अनुवादीत करणं हा जितका आनंददायी अनुभव होता तितकाच जीवन समृद्ध करणाराही! प्रत्येक प्रसंग लेखिकेने अत्यंत जिवंतपणे आणि आत्मीयतेने मांडल्याने त्या प्रसंगात आपणच जणू तिथे आहोत असा भास होतो त्यामुळे त्या रसरशीत लेखणीचे कौतुक करावे तितके कमी.

जगायचं कसं हे जगण्यातूनच सांगणाऱ्या ओ. पी. मुंजाल यांचे मनापासून आभार. पंजाबच्या मातीत वाढलेला आणि तिथेच घडलेला हा अफलातून माणूस मराठीतून पहिल्यांदा पुस्तकरुपाने जगासमोर येत असल्याने विशेष आनंद होत आहे. आपल्या महाराष्ट्रातील मराठी उद्योजकांपासून ते सामान्य माणसापर्यंत प्रत्येकाला हे पुस्तक निश्चितपणे प्रेरणा देईल, उद्योजकतेचा नवा अर्थ उलगडून सांगेल आणि जगण्याचा अवकाशही व्यापक करेल याची निश्चितपणे खात्री वाटते.

या लेखनप्रवासात मला प्रत्येक टप्प्यावर समजून घेणारे आणि खंबीरपणे पाठिशी उभे राहणारे माझे आई, वडिल, पत्नी, मुलगा या साऱ्यांचेही या निर्मितीत तितकेच महत्त्वाचे योगदान आहे हे निश्चित.

– पराग पोतदार

प्रस्तावना

उद्योगविश्वाला जवळून पाहण्यासाठी, तेथील बोर्डरुममधील राजकारण, चढउतार, तेथील भावना समजून घेणे आणि त्या शॉप फ्लोअरवर कशा प्रत्यक्षात उतरतात हे पाहण्यासाठी तसेच नैतिक मूल्यांची कशी कसोटी लागते हे पाहण्यासाठी तीन दशकांचा काळ बराच मोठा असतो. मी माझ्या आयुष्यात व्यवस्थापनाच्या अनेकविध शैली पाहिल्या आहेत, विविध प्रकारच्या कार्यसंस्कृती पाहिलेल्या आहेत आणि यशापयशाच्या अनेक कथा माझ्यासमोर घडल्या आहेत. त्यात यशाच्या शिखरावरून घसरत खोलात गेलेलेही आहेत आणि तळागाळातून वर येऊन यशोशिखर गाठलेले देखील पाहिले आहेत.

या घटीत-अघटितांच्या विशाल कक्षेवर अगदी मोजके... क्वचितच असे काही असतात जे आश्चर्याचा सुखद धक्का देऊन जातात. अर्थात यशाच्या दिशेने केलेल्या कुणाच्याही प्रवासाला मला कमी लेखायचे नाही परंतु जेव्हा सहकार्यातून एखाद्या व्यवसायाची उभारणी होत असते तेव्हा यशाच्या वाटचालीचा मार्ग सर्वसाधारणपणे सारखाच असतो. प्रचंड कष्ट, स्मार्ट आणि योग्य संधी ओळखून घेतलेले अचूक निर्णय, काळजीपूर्वक केलेले परिपूर्ण काम, आर्थिक संपन्नता या गोष्टी अंतिमतः यश निर्धारीत करतात असतात.

परंतु इथे मात्र अशा काही गोष्टी आहेत, ज्यामुळे मी या पुस्तकाची प्रस्तावना लिहिण्यासाठी प्रवृत्त झालो. समभागधारकांची संपत्ती वाढवण्याचा मुख्य उद्देश बाळगून एखादी कंपनी त्यांच्या मर्यादा ओलांडून पलिकडे जाऊ शकते का? इतकेच नव्हे तर, आर्थिक यशाला 'बाय-प्रॉडक्ट' मानून किंवा तेच अंतिम उद्दिष्ट न बाळगता कार्यरत राहणारी एखादी कंपनी असू शकते का? होय. असू शकते.

एखादे कुटुंब सायकलचा व्यवसाय सुरू करताना आपण पाहतो. त्यानंतर तीन दशकांच्या आत तेच कुटुंब जगातील पहिल्या क्रमांकाचे झालेले पाहायला मिळणे, त्यानंतर मोटरसायकलचा व्यवसाय सुरू करणे आणि त्यातही जगात पहिल्या क्रमांकाचे बनणे, या गोष्टी आपल्याला चकीत

केल्याखेरीज राहतील का? यामुळेच उत्सुकता आणखी वाढली आणि त्यामुळे या उद्योगाची धुरा समर्थपणे सांभाळणाऱ्या पंकज मुंजाल यांच्याशी संवाद साधला आणि तेव्हा मला हिरो सायकल्सच्या यशाचा आणि त्यामागे असणाऱ्या ओ. पी. मुंजाल या व्यक्तिमत्त्वाची वाटचाल उलगडली. 'हिरो सायकल्स' ही जगातील सर्वात मोठी एकात्मिक अशी सायकल उत्पादक कंपनी आहे. ही सर्वात प्रमुख मातृकंपनी असून तिच्यातूनच 'हिरो होंडा' या जगातील सर्वाधिक उत्पादन होणाऱ्या मोटारसायकल कंपनीचा जन्म झाला. तसेच हिरो समूहाच्या माध्यमातून इतर अनेक गोष्टी व प्रकल्प मुंजाल कुटुंबातील पुढील पिढी यशस्वी रितीने कार्यान्वित करत आहेत. तब्बल ५७ वर्ष अखंड कार्यरत असणाऱ्या उद्योग समुहाचा हा प्रवास म्हणजे चार भावांनी सायकलच्या भागांचा व्यवसाय सुरू केल्यापासून दृढनिश्चय आणि अहोरात्र केलेल्या कष्टांचा अखंड प्रवास आहे. दोन वेळा तर मुळापासूनच उखडून निघण्यासारखी परिस्थिती निर्माण झाली परंतु पुन्हा जिद्दीने सुरूवात केली आणि त्यानंतर मात्र अद्वितीय असे दीपवणारे यश त्यांनी मिळवून दाखवले.

एखाद्या उद्योगाची पायाभरणी होत असताना मूल्यांची जपणूक कशी करायची असते याचे अनेक दाखले या पुस्तकाच्या माध्यमातून मिळतील. उत्सुकता आणखी वाढावी म्हणून मला माहीत असलेले एक उदाहरण द्यायला मला आवडेल. केवळ अधिकाधीक कर भरता यावा म्हणून कंपनीच्या प्रमोटरने कायदेशीर आणि योग्य असे कर नियोजन करता येणार असूनही करण्यास नकार दिला. ओ. पी. मुंजाल यांचे आयुष्य समजून घेताना आणि 'हिरो'च्या वाटचालीतून मला उद्योगसंस्थांतील एका नव्या कार्यपद्धतीची ओळख झाली व माझ्या शिक्षणाला एक नवा आयाम मिळाला. केवळ समभागधारकांची संख्या अधिकाधीक करण्यापलिकडे जाऊन एखाद्या उद्योगसंस्थेची उभारणी करताना त्याला अधिक व्यापक स्वरुप आणि ध्येय प्रदान करू शकता आणि त्यातून तुम्हाला होणारी प्राप्ती देखील अधिक असते.

या पुस्तकाच्या माध्यमातून ओ. पी. मुंजाल यांच्या यशस्वी आयुष्याचा एक चढता आलेख प्राप्त होईल. ते सारं शब्दांत पकडणं खरोखर अवघड आहे, कारण विस्तारलेल्या पिढ्यांची, व्यावसायिक पर्यावरणाची आणि राष्ट्रीय स्तरावर स्थापना आणि विघटना अशी प्रचंड व समृद्ध अशी अनुभवसंपन्नता त्यांच्याकडे आहे. या पुस्तकातून एका अशा व्यक्तिमत्त्वाचे असे गुण

उलगडतात जो नात्यांचे महत्त्व जाणतो आणि त्यांच्यासाठी मनापासून जगतो. कोणत्याही लाभाची पर्वा न करता, तो केवळ सर्वोत्तम असे देण्याच्या ध्यासाने धडपडत राहतो. ईश्वराने भेट दिलेल्या आयुष्याचे सोने करण्यासाठी आयुष्यभर नातेसंबंध, चांगली प्रतिमा आणि उत्तम प्रतिसाद यासाठी सातत्यपूर्ण प्रयत्न करत राहतो. त्यामुळे त्यांना समाजाच्या सर्व स्तरांतून आदर प्राप्त होतो इतकेच नव्हे तर ज्या ठिकाणाहून अपेक्षाही केलेली नसते तिथून देखील ते आदरास पात्र ठरतात .

माझे एक निरीक्षण आहे, ते म्हणजे, तुम्ही एखादी गोष्ट अत्यंत मनापासून करता तेव्हा त्याचे परिणाम हे भलेही अल्पकालीन अशा अपयशाचे असतील अथवा त्याची फळे मिळण्यासाठी तुम्हाला दीर्घकाळ प्रतिक्षाही करावी लागेल परंतु तुमच्या तत्त्वांची तेव्हाच कसोटी लागलेली असते आणि त्यानंतर तुमच्या वाट्याला येणारे यश ही एक अपरिहार्य अशी बाब बनून जाते. ओ. पी. मुंजाल यांनी त्यांच्या व्यवसायाचा एक वटवृक्ष बनवला आहे. वटवृक्ष ज्या प्रमाणे कमीत कमी अपेक्षा ठेवून लोकांना सावली, फळे, ऑक्सिजन आणि लाकडेही गरजेनुसार उपलब्ध करून देतो. त्याची मुळे जमिनीमध्ये अतिशय घट्ट रुजलेली असल्यामुळे पुरासारख्या आपत्तीतही ती घट्ट पाय रोवून उभी राहतात आणि त्याचवेळी पक्ष्यांना त्यांचे घरटे बनवता येईल असे आश्रयस्थानही बनतात. अगदी तसेच विस्तारलेली प्रत्येक शाखा अशीच अनेक चांगली कामे करताना दिसतात. याप्रमाणे ओ. पी. मुंजाल यांनी त्यांचे कुटुंब, सहकारी, मित्र आणि अपरिचित यांचा विस्तार करत नेलेला आहे. आणि त्यामुळेच दुर्दम्य आशा, चांगुलपणा, दृढनिश्चयता आणि प्रेरणा यांचा एक आदर्श म्हणून ओ. पी. मुंजाल यांच्याकडे समाज अत्यंत आदराने पाहतो.

हे चरित्र तुम्हाला वाचनाचा आनंद देऊन जाईलच त्याचबरोबर बालपणापासून ते वृद्धत्वापर्यंतच्या एका प्रवासाचा सांगाती बनवेल. या प्रवासात ज्यांच्या आयुष्याला त्यांचा परीसस्पर्श झाला अशांचीही ओळख होत जाईल. विचारांनाही चालना देणाऱ्या अशा मूल्यांची प्रत्यक्ष ओळख होईल तसेच एखाद्या यशस्वी उद्योजकाच्या आयुष्यात अशीही मूल्ये असू शकतात याचेही आश्चर्य वाटून जाईल. ही मूल्ये पिढीनुसार पुढे सहजतेने रुजलेली असल्याने त्यामुळे ती सर्वत्र दिसतीलं तसेच आणखी प्रभावी झालेली दिसतील.

प्रिया कुमार हिने जे काही उत्कृष्ट काम करून दाखवले आहे. हे एक छोटेखानी असे गाईडबुक ठरणार असून ते वाचताना आश्चर्याची आणि आदरयुक्त कौतुकाची भावना मनात निर्माण झाल्याखेरीज राहणार नाही. या पुस्तकात एक संशोधन, सत्याचा शोध आणि महत्त्वपूर्ण चर्चा यांचा भाग असल्याचे दिसून येते. प्रियाच्या स्वतंत्र अशा शैलीतून ते लिहिलेले असल्याने ते अर्थातच वाचनीय झालेले आहे. मला खात्री आहे की, पुस्तक तुम्हाला वारंवार वाचत रहावे असे वाटेल. केवळ एका व्यक्तीच्या आयुष्याचे कथानक म्हणून नव्हे, तर तुमच्या उद्योगक्षेत्राला आणि तुमच्या अवघ्या आयुष्याला उपयुक्त ठरतील, अशा अनेक वैविध्यपूर्ण गोष्टी या पुस्तकात तुम्हाला नक्की गवसतील.

– राम चरण

विषय प्रवेश...

अद्याप सूर्योदय झालेला नाही आणि अजूनही निळसर-करड्या अशा आकाशात चंद्र अंधुकपणे दिसतो आहे. पहाटे ५.३०च्या सुमारास मी दिल्लीला जाण्यासाठी विमानतळावर पोहोचलेली. जग इतक्या सकाळी लवकर का जागं होतं? लोक त्यांची झोप पूर्ण होईपर्यंत का झोपत नाहीत? आणि त्यांची ती गरज पूर्ण झालेली असते म्हणून लवकर उठून बसतात का? मला इतक्या लवकर झालेली सकाळ अजिबात आवडत नाही. जर माझ्याप्रमाणे जग चाललं तर मी सगळं जग दुपारी सुरू करेन आणि मध्यरात्री संपवेन.

मी माझ्या एका नव्या पुस्तकाच्या साहसी मोहिमेवर निघाले आहे आणि त्यासाठी रात्री उशीरापर्यंत मी संशोधन आणि लेखन करत होते. मला भारतीय उद्योजकांमधील नेतृत्व कौशल्याविषयी लिहायचे आहे. त्यांची व्यवस्थापनाची आगळीवेगळी पद्धती यशस्वी असली तरी अद्याप जगासमोर आलेली नाही. भारतीय उद्योजकांच्या मानसिकतेमध्येच ती खोलवर रुजलेली आहे आणि ही नेतृत्वाची शैली पाश्चिमात्य व्यवस्थापन कौशल्यापेक्षा पूर्णतः भिन्न आहे. भारतातील नेतृत्वकौशल्यामध्ये काहीतरी 'चांगले' आणि वेगळे निश्चितच आहे. आणि मला तेच तर नेमकेपणाने टिपायचे आहे आणि त्याविषयी लिहायचे आहे. त्यासाठी एक प्रेरणादायी कथानक निवडून त्या फॉर्ममधून मी ते मांडणार आहे.

नेतृत्वकौशल्याविषयी आणि यशस्वी कसे व्हायचे या विषयी अगोदरच इतके लिहून ठेवलेले असताना आता त्यात आणखी भर कशाला हा एक वादाचा मुद्दा असू शकतो. तरीही एक प्रश्न उरतोच की, त्यातून निर्माण होणारी सकारात्मकता पुरेशी आहे का? मी असे मानते की, चांगुलपणाला मर्यादा असू शकत नाहीत. सध्या अस्तित्वात असणाऱ्या यशाच्या विविध

संकल्पनांमध्ये आणखी ऊर्जेची भर घालण्याचा माझा प्रयत्न आहे.

मला माझ्यासोबत असणाऱ्या सहप्रवाशांशी गप्पा मारायला आवडतात. कशाला हवी ती सारखी मोबाईलची लुडबुड? तुमच्या जुन्या मित्राशी गप्पा मारण्यापेक्षा तुमच्या शेजारी असलेल्या माणसाशी तुम्ही संवाद साधू शकता. पण आजचा दिवस मात्र गप्पा मारण्याचा नव्हता तर काम करण्याचा होता. माझा लॅपटॉप हा विविध लेखांनी अक्षरशः ओसंडून वाहत होता आणि मला ते सारे लेख या विमानप्रवासात वाचून पूर्ण करायचे होते. माझ्या भेटीची निश्चित वेळ ठरलेली होती आणि मला त्या पूर्वी हे सारे काम संपवणे भाग होते. अशावेळी मला माझ्या शेजारी एखादा शांतपणे झोपणारा किंवा मितभाषी असा एखादा सहप्रवासी असणेच आवडले असते तेव्हाच मला माझे सारे काम लवकर संपवता आले असते परंतु माझ्या नशीबाचा भाग म्हणा किंवा काहीही, माझ्या शेजारी एक ज्येष्ठ सभ्य गृहस्थ बसले होते. त्यांचा चेहरा सकाळच्या दवबिंदूंप्रमाणेच प्रसन्न होता. मी माझा लॅपटॉप, माझी वही आणि लेखन साहित्य बाहेर काढलेले त्यांनी पाहिले.

''तुम्ही काम करण्यासाठी सज्ज झालेला दिसताय.'' असे म्हणत त्या गृहस्थाने संवाद साधायला सुरुवात केली. त्यावेळी पहिल्यांदा त्या उत्साही माणसाशी माझी नजरभेट झाली. साधारण साठीच्या आसपास असणारे ते व्यक्तिमत्त्व होते. त्यांनी नीटनेटका असा सफारी सूट घातला होता आणि उत्तम पॉलीश केलेले चकचकीत ब्राऊन शूज घातलेले होते. सोनेरी कडा असलेला छानसा चष्मा घातला होता आणि दातही चमकदार होते. करड्या रंगाचे केस व्यवस्थितपणे विंचरलेले होते. त्यांच्या चेहऱ्यावरच्या रेषांमधून एक अनुभवसिद्ध शहाणपण दिसत होते व त्यांचे डोळे त्याची साक्ष देत होते.

'होय.' मी हलकेच स्मित करत त्यांना म्हणाले.

'तुम्ही जे काम करता ते तुम्हाला आवडते?'

'अर्थातच. मी माझ्या कामावर मनापासून प्रेम करते.' मी पटकन उत्तर दिले.

'तुम्ही काय करता?' त्यांनी मला विचारले. माझे लक्ष आता मोबाईलवर व्हॉट्सअपवरच्या न पाहिलेल्या मेसेजकडे होते.

'मी 'मोटीव्हेशनल बुक्स' लिहिते.' इतकं म्हणून मी पायलटच्या उद्घोषणेकडे लक्ष देऊ लागले. या अपेक्षेने की, यापेक्षा मला अधिक विस्ताराने सांगावे लागू नये.

'मोटीव्हेशनल बुक्स...' ते हे ऐकून बहुदा प्रभावित झाले असावेत. मी

आत्तापर्यंत लिहिलेल्या चार पुस्तकांविषयी त्यांनी आस्थेने जाणून घेतले. त्यानंतर त्यांनी त्यांच्या खिशातून एक छोटी डायरी काढली. माझ्या पुस्तकांची नावे लिहून घेतली आणि लुधियाना ला त्यांच्या शहरात उतरल्यानंतर ती पुस्तके विकत घेऊन वाचण्याचे आश्वासन त्यांनी मला दिले.

'तुम्ही आता तुमच्या कोणत्या नवीन पुस्तकासाठी काम करत आहात का?' त्याने हा प्रश्न विचारताच मला आनंद झाला. कारण या प्रवासामध्ये मला काम करणे आणि संशोधन करणे किती आवश्यक आहे, हे त्याला पटवून देण्याची संधी अनायासे प्राप्त झाली होती. परंतु माझ्या नम्रतेपेक्षाही त्याची उत्सुकता कितीतरी पटीने अधिक होती. मी हे पुस्तक लिहित असताना ज्या काही संकल्पना माझ्या मनामध्ये होत्या त्या पाच मिनिटांमध्ये त्यांना समजावून सांगण्याचा प्रयत्न केला.

मी हे अतिशय उत्साहाने सांगत असले तरी श्री. राय हे मात्र कोणतीही प्रतिक्रिया न देता माझ्याकडे शांतपणाने पाहत होते. त्यांनी एक बोट त्यांच्या गालावर रुतवले होते आणि गाल खाजवत होते. त्यांची नजर माझ्यावर स्थिर होती. असं वाटत होतं, की माझं बोलणं ऐकत असताना त्यांच्या मनात काहीतरी सुरू असावं.

बऱ्याच वेळ शांततेत गेल्यानंतर मीच म्हणाले, 'सर, तुम्ही काय करता?' मला त्यांचा उत्साह आणि त्यांनी माझ्याप्रती दाखवलेला रस या दोन्ही गोष्टी भावल्या होत्या.

'मी हिरो सायकल्सचा व्यवस्थापकीय संचालक आहे.' स्मितहास्य करत ते म्हणाले.

'तुम्हाला तुमचे काम करायला आवडते का?' मी त्यांचाच चेंडू परत त्यांच्या कोर्टात ढकलला आणि हळूच हसले.

ते म्हणाले, 'मी जे काही करतो त्यावर माझे मनापासून प्रेम आहे. हिरो सायकल्ससाठी काम करणाऱ्या प्रत्येकाच्या सचोटीची मी खात्री देऊ शकतो. त्यांनाही तिथे काम करायला मनापासून आवडते म्हणूनच आज ते तिथे आहेत.'

अनेकदा अनोळखी लोकांसोबत बोलत असताना लोक त्यांचे काम आणि त्यांचे बॉस यांच्याविषयी नाराजीचा आणि तक्रारीचाच सूर लावतात. परंतु आपल्या कामाविषयी सांगत असताना राय हे मात्र आनंदी वाटत होते.

'हे कसे काय ?' मी विचारले.

'हे शक्य आहे ते केवळ एका माणसामुळे. ओम प्रकाश मुंजाल. हिरो सायकल्समध्ये त्यांनी हिरोंचे एक कुटुंबच साकारले असून तिथे सारे त्यांना प्रेमाने 'छोटे बाऊजी' म्हणून हाक मारतात.

मी शांतपणे ऐकत असल्याचे पाहून राय यांनी मी पुढे ऐकण्यास उत्सुक असल्याचे नेमकेपणाने ओळखले. ते म्हणाले, माझ्या करियरच्या वाटचालीत मी गेल्या ३० वर्षांपासून छोटे बाऊजींना ओळखत आहे. त्यांच्या सारखा माणूस पृथ्वीवर पुन्हा पुन्हा जन्म घेत नाही. त्यांच्यासारखा उद्योजक तुम्हाला सहजपणे शोधून सापडणारही नाही. ते खऱ्या अर्थाने एक 'लिव्हिंग लिजेंड' आहेत.' ते जे काही सांगताहेत ते मला समजतंय की नाही अशा नजरेने त्यांनी माझ्याकडे एकदा पाहिले. 'यशाच्या ज्या काही सर्वसाधारण व्याख्या केल्या जातात त्यापेक्षा त्यांचे महानपण कितीतरी अधिक आहे. आज ते जे काही आहेत त्यासाठी त्यांनी मळलेल्या वाटांवरून व ठराविक चौकटीत राहून काम केलेले नाही. ही अशी व्यक्ती आहे ज्यांच्यावरील पुस्तक हे खऱ्या अर्थाने प्रेरणादायी ठरेल असे आहे.'

'अगदी प्रामाणिकपणे सांगायचं तर मी त्यांच्याविषयी फारसं ऐकलेलं नाही. पण मी नक्की पाहीन, जेव्हा मी....'

'तुम्हाला अजूनही त्यांच्याविषयी फारसे काही ऐकायला मिळणार नाही. त्यांनी त्यांचे काम हे स्वतःपेक्षाही खूप पुढे नेऊन ठेवले आहे, हे खरे. पण जेव्हा तुम्ही त्यांना शोधण्याचा प्रयत्न कराल तेव्हा तुम्हाला त्यांची कंपनी दिसेल, त्यांचे काम दिसेल, त्यांचे लोक दिसतील पण ते दिसणार नाहीत. हा असा एक लीडर आहे जो त्याच्या लोकांना आघाडीवर पाठवतो. हा एक असा हिरो आहे जो दुसऱ्यांना प्रकाशझोतात येण्याची पूर्ण मुभा देतो. हा एक असा उद्योजक आहे ज्याच्यासाठी उद्योग हेच प्रेम आहे आणि या उद्दीष्टपूर्तीसाठी सायकल हेच साधन आहे.

राय यांच्या बोलण्यात मला रस वाटू लागला. ते अतिशय हळू बोलत होते परंतु अतिशय झपाटून गेल्याप्रमाणे त्यांचा प्रत्येक शब्द येत होता. बोलताना त्यांचा आवाज मधून मधून थरथरत होता. वृद्धापकाळाने त्यांच्या स्वरयंत्रावर आलेल्या ताणामुळे तसे होत होते की भूतकाळात मागे शिरताना एक कर्मचारी, एक सहकारी म्हणून ज्यांच्यासोबत काम करण्याची संधी प्राप्त झाली अशा एका व्यक्तीविषयी असणाऱ्या अपार आदराच्या भावनेतून तसे

होत होते, मला नक्की सांगता येणार नाही. साठीच्या घरात पोहोचलेला हा माणूस एका व्यक्तिमत्त्वामुळे इतका प्रभावित झालेला होता आणि त्याने त्या कंपनीमध्ये तब्बल ३० वर्षे सेवा केली होती. त्यांच्या सेवेचा सलग कालखंड लक्षात घेतला तरीही एकच गोष्ट कंपनीचे महत्त्व अधोरेखित करण्यासाठी पुरेशी होती. एखाद्या संस्थेबरोबर सलग ३० वर्षे राहण्याइतकी बांधिलकी आणि प्रामाणिकपणे काम करण्याची प्रवृत्ती कशातून आली असावी? आपले व्यक्तिगत आणि व्यावसायिक संबंध प्रस्थापित होण्यापूर्वीच जिथे लोक त्यांच्या नव्या नोकरीसाठी बॅग भरून तयार बसलेले असतात अशा या काळात हा माणूस मात्र त्याचे अवघे आयुष्य याच संस्थेसाठी वेचताना दिसत होता.

दुसऱ्याविषयी इतकी पराकोटीची आदराची भावना कशातून येत असावी? ज्या प्रकारची ऊर्जा त्या संवादातून माझ्यापर्यंत येत होती, त्यातून मला अशी शंका आली, की आता बहुदा या प्रवासात कोणतेही काम होण्याची शक्यता नाही. यापूर्वीही माझ्या बाबतीत असे अनेकदा घडले होते. आपण या लोकांना पुन्हा कधी आपल्या शेजारी बसलेले पाहणार नसतो. परंतु तरीही आपण त्यांच्याशी गप्पा मारतो, बोलतो. अगदी तसंच हे होतं. हा प्रवास संपताना एस. के. राय हे माझ्या वन टाईम फ्लाईट फ्रेंड्सच्या यादीमध्ये जमा होणार होते.

वर्षानुवर्षे एकच नोकरी धरून असणारे असंख्य लोक माझ्याही परिचयातील आहेत. परंतु हे असे लोक असतात जे मोठे व्हायला किंवा धोका घ्यायला घाबरतात; ते तिथेच थांबून राहतात कारण त्यांना बदलांची भीती वाटत असते. त्यांना तिथेच चिटकून राहायला आवडते. परंतु राय यांचे व्यक्तिमत्त्वच यश, शक्ती आणि ऊर्जा यांचे चालतेबोलते उदाहरण होते. अतीव समाधान असल्याखेरीस त्यांच्यासारखा माणूस ३० वर्षे एखाद्या ठिकाणी इच्छेविना राहील असे वाटत नव्हते. नवनिर्मिती आणि मनापासून योगदान देण्यामध्ये या माणसाने त्याचे आयुष्य खर्ची घातल्याचे दिसून येत होते. ते निश्चितच इतर लोकांहून वेगळे होते त्यामुळेच माझा त्यांच्यातील रस वाढला. त्यामुळेच मला त्यांच्याविषयी आणि श्री. ओ. पी. मुंजाल यांच्याविषयी अधिक जाणून घेण्याची इच्छा होती.

''कृपया, माझ्या अज्ञानाविषयी मला माफ करा, परंतु आपण मला श्री. मुंजाल यांच्याविषयी अधिक माहिती द्याल का?'' मी विचारले.

राय यांच्या भुवया उंचावल्या आणि त्यांच्या चेहऱ्यावर एक मंद स्मितहास्य आले. 'श्री. ओ. पी. मुंजाल हे हिरो सायकल्सचे अध्यक्ष आणि हिरो ग्रुप ऑफ कंपनीजच्या संचालक मंडळावर ते कार्यरत आहेत. 'हिरो सायकल्स' ही सायकलींचे उत्पादन करणारी जगातील सर्वात मोठी कंपनी आहे आणि ती दरवर्षी ७० लाख सायकलींचे उत्पादन करते. आजवर सर्वाधिक सायकलींचे उत्पादन केल्याबद्दल त्यांचे नाव गिनीज बुक ऑफ वर्ल्ड रेकॉर्डमध्ये देखील नोंदवले गेले आहे. 'हिरो सायकल्सचे जग उभारले गेले आहे आणि जगाला दिसते आहे त्याचा खरा आत्मो आहेत, छोटे बाऊजी!' अत्यंत अभिमानाने ते हे सारे सांगत होते. ते जे काही सांगत होते त्यांचा टोन, आवाजाची पातळी, त्यामागचे झपाटलेपण आणि उत्कटता हे सारे काही लक्षणीय होते.

त्यांच्याविषयी असणारी अपार आदराची भावना मला समजू शकत होती परंतु मी त्यांना इच्छा असूनही सांगितले नाही, की यशस्वी होणे ही तशी सामान्य बाब आहे. सामान्य माणूस ज्याविषयी केवळ कल्पना करू शकतो अशा उंचीवर पोहोचण्याचे काम यापूर्वीही अनेकांनी केलेले आहे. त्यामुळे मला अशा कथांमध्ये अजिबात रस नव्हता. मला त्या निर्मितीमागे उभ्या असणाऱ्या व्यक्तिमत्त्वात रस होता. त्यांच्या यशामुळे किती जणांची आयुष्य बदलली अथवा प्रगतीच्या मार्गावर गेली हे जाणून घेण्याची मला अधिक इच्छा होती. एक चांगले आणि सक्षम व्यक्तिमत्त्व घडून त्यातून उत्तम गुणवत्ताधारित काम कसे साधले गेले हे जाणून घेण्याची मला ओढ होती.

'ओ. पी. मुंजाल साहेब यांच्याविषयी मी तीस वर्षांपूर्वी त्यांच्या एका डिलरकडून ऐकले होते. जेव्हा मी त्याच्याकडून त्यांची गोष्ट ऐकली तेव्हा मी एका ठाम निष्कर्षापर्यंत येऊन पोहोचलो होते. तो म्हणजे मला या माणसासोबत काम करायचे होते आणि ते ज्या ध्येयासाठी काम करत होते त्यात सहभागी व्हायचे होते.

आता ते मला हवं ते बोलताहेत असे मला वाटू लागले. कारण आता ते यशाच्या मागे असणारी गोष्ट हळूहळू उलगडून सांगू लागले होते. मी ही संधी साधली आणि त्यांना विचारले, ''त्याने तुम्हाला अशी कोणती गोष्ट सांगितली होती, सर?''

विजयी मुद्रेने हसत ते म्हणाले, ''बलदेव राज, हा माझा एक जुना मित्र. त्याच्याकडे खूप वर्षांपासून कानपूरमधील हिरो सायकल्सची डिलरशिप

होती.'' ते काही क्षण थांबले. ''जवळपास ५० वर्षांपासूनची.'' तर्जनीने आपला एक गाल खाजवत ते म्हणाले, ''कानपूरमधील त्यांच्या सायकलीच्या दुकानामध्ये जेव्हा सायकलींचे भाग विकण्यासाठी आले होते तेव्हा छोटे बाऊजींची बलदेव याच्याशी ओळख झाली. अगदी सुरुवातीच्या काळात जेव्हा सायकल किंवा मोटारसायकलचे उत्पादन त्यांनी सुरू केले नव्हते त्या काळात ते सायकलींचे सुटे भाग विकत असत. हा व्यवसाय त्यांच्या चार भावांनी मिळून सुरू केला होता. त्यावेळी मुंजालबंधू अशी त्यांची जनमानसात ओळख होती. ओम प्रकाश मुंजाल हे सर्व भावडांमधील सर्वात लहान होते.'' एका दमात हे सारे सांगून श्री. राय श्वास घेण्यासाठी काही क्षण थांबले.

बलदेवने मला सांगितले, की मुंजाल साहेब जेव्हा त्याच्या दुकानात आले आणि त्याच्याशी बोलत होते तेव्हा त्यांना जाणवले की, प्रामाणिकपणा आणि तळमळ यातून आलेल्या आत्मविश्वास त्यांच्या संवादातून दिसत होता. त्यांच्या या व्यावसायिक दृष्टिकोनाचा बलदेववर नक्कीच चांगला प्रभाव पडला आणि ती योग्य संधी असल्याचे जाणून ते ज्या शोधात आले होते ती ऑर्डर त्याने मिळवून दिली. बलदेव कंपन्यांवर नाही तर व्यक्ती पाहून पैसे गुंतवणाऱ्यांपैकी एक होता. तो अशा लोकांवर विश्वास टाकायचा. अशीच माणसे उत्तम कर्तृत्व गाजवू शकतात यावर त्याचा विश्वास होता. जर तुम्हाला चांगले काम करून दाखवायचे असेल तर तुम्हाला योग्य माणसांसोबत काम करावे लागते, हे त्याचे सूत्र होते.

''आणि मला हे तुला सांगायला हवे, की होलसेल आणि रिटेलमधील व्यवसाय हा अत्यंत ताणतणावाचा आणि धोकादायक असा व्यवसाय असतो. एखादी मिळालेली ऑर्डर आणि त्याचे वितरण करताना अनेकदा माल हरवल्याने किंवा तुटल्याने त्याचे मोठ्या प्रमाणावर नुकसान होऊ शकते आणि त्यामुळे वितरकांसाठी ती एक वेगळीच डोकेदुखी ठरत असते. कारण दिलेल्या ऑर्डर अनेकदा जुळत नाहीत. त्यामुळे प्रत्यक्षात हाती आलेला माल किंवा खरोखर वापरण्यासारखा माल जेव्हा तपासला जातो तेव्हा जी ऑर्डर दिलेली असते त्यापेक्षा तो अनेकदा कमी भरतो. याचा अर्थ, अनेकदा जो उत्पादक असतो तो जे आश्वासन देतो त्यापेक्षा कितीतरी कमी माल पाठवून देतो. त्याशिवाय त्यामध्ये खराब झालेला माल असतो तो वेगळाच. जर या व्यवसायामध्ये टिकून राहायचे असेल तर याबाबतीत

व्यावसायिकांना कमालीचे सतर्क रहावे लागते आणि त्यातील ह्या बारकाव्यांकडे काटेकोरपणे लक्ष द्यावे लागते.

बलदेवने सांगितले, ''मुंजाल बंधूंना आम्ही जी काही सुट्या भागांची ऑर्डर दिलेली होती त्याची डिलीव्हरी झाली तो पहिला दिवस मी आजही विसरू शकलेलो नाही. माझ्यावर प्रभाव पाडलेल्या एका तरुण मुलाला, अगदी नवख्या तरुणाला मी ऑर्डर देऊन मोठा धोका पत्करला होता. मी माझ्या माणसाला ते सारे सुटे भाग मोजायला सांगितले आणि ते ऑर्डरप्रमाणे आहेत की नाही हे तपासून घ्यायला सांगितले. माझा माणूस काही तासांनंतर परत आला आणि मी त्याला विचारले, ''ऑर्डर नीट पाहिलीस का? त्यात १०० सुटे भाग आहेत का?'' आणि तो म्हणाला, ''नाही साहेब.''

बलदेव म्हणाला, ''मी अत्यंत संतापलो. रागाने बेभान झालो.'' श्री. राय हे त्यांच्या आवाजाची पातळी नाट्यमयरितीने उंचावत म्हणाले, ''मला कळत नाही हे ट्रेडर्स इतके निष्काळजी कसे काय असतात. हे लोक इतके मागासलेले आणि मूर्ख कसे असतात, त्यांना असे कसे वाटू शकते की एकदा वितरकाची फसवणूक केल्यानंतरही तो त्यांच्याशी पुढचा व्यवहार करेल? मला कळत नाही, लोक इतके संकुचित दृष्टिकोन ठेवून कसे काय काम करू शकतात? त्यांना हे कळत कसे नाही, की ज्यांचे ते नुकसान करू पाहतात त्या टीम किंवा सहकाऱ्यांच्या मदतीशिवाय ते यशस्वी होऊच शकणार नाहीत. ओ. पी. मुंजाल या अगदी नवख्या तरुण मुलाला ते काही आठवड्यांपूर्वी भेटला होता आणि त्याला तो अत्यंत प्रामाणिक आणि आगळावेगळा तरुण वाटला होता. परंतु आणखी एक सेल्समन खोटारडा निघाला हे सिद्ध झाले.'' एवढं सांगून श्री. राय काही क्षण थांबले.

''बलदेवला माणसांची चांगली पारख होती. त्यामुळे त्याला मूर्ख बनवणे तितकेसे सोपे नव्हते.'' अभिमानाने ते म्हणाले.

''नक्की किती भाग होते त्यामध्ये?'' बलदेवने त्याच्या माणसाला विचारले.

''१०४.'' त्या माणसाने उत्तर दिले आणि ते उत्तर ऐकताच बलदेव काही क्षण निरुत्तरच झाला. ''साहेब, मी तीन वेळा मोजून पाहिले.'' त्याच्या माणसाने उत्तर दिले. ''मुंजाल बंधूंनी आपल्याला आपण जी ऑर्डर दिली होती त्याच्यापेक्षा जास्त भाग पाठवले आहेत परंतु आपल्याला बिल मात्र १०० भागांचेच लावले आहे. मी त्यांना फोनही केला आणि या झालेल्या चुकीबद्दल सांगितले परंतु ओ. पी. मुंजाल म्हणाले, जाणीवपूर्वकच जास्त

भाग दिलेले आहेत.'' हे सांगताना ते काही क्षण थांबले तेव्हा त्यांच्या चेहऱ्यावर स्मित होते.

राय हे खरोखर एक उत्तम कथाकथनकार होते.

''त्या दिवशीच मी एक निश्चय केला. मला या माणसासोबत काम करायचे आहे. मी माझ्या मित्रांकडून सप्लायर्स आणि उत्पादक कशा निष्काळजीपणाने माल हाताळतात याच्या अनेक गोष्टी ऐकलेल्या होत्या. परंतु जेव्हा मी कामामध्ये इतकं समरस होऊन आणि झपाटून जाऊन काम करण्याची वृत्ती पाहिली तेव्हा मी त्यांच्यासमवेत सहप्रवासी बनायचे ठरवून टाकले. तुम्हाला जगण्याचे अनेक पर्याय उपलब्ध होऊ शकतात परंतु एखाद्या हिरोसोबत काम करायला मिळणे हा देखील तुमचे आयुष्य समृद्ध करण्याचा आणखी एक मार्ग असू शकतो.'' इतके सांगून राय थोडेसे हसले आणि त्यांच्या चेहऱ्यावरील ते स्मित काही काळ कायम राहिले. त्यानंतर भूतकाळात शिरल्याप्रमाणे काही काळ एकटक दुसरीकडे पाहत राहिले. या 'हिरो' समवेत त्यांचा प्रवास जेव्हापासून सुरू झाला तो सारा प्रवास ते पुन्हा एकदा आठवत असावेत.

''सुमारे तीस वर्ष झाली असावीत, जेव्हापासून मी छोटे बाऊजींसोबत काम करण्यास सुरुवात केली आणि या गेल्या ३० वर्षांत एकदाही त्यांच्या ऑर्डरविषयी कोणतीही तक्रार आलेली नाही. उलट त्यामध्ये आर्डरपेक्षा नक्कीच काहीतरी जास्त दिलेले असते. तुम्ही जी अपेक्षा केलेली असते त्याहीपेक्षा तुम्हाला जास्त मिळते. तुम्ही जितके रुपये एखाद्या गोष्टीसाठी मोजता त्यापेक्षा अधिक रक्कम त्याने तुम्हाला दिलेली असते.

तुम्ही दिलेल्या ऑर्डरमध्ये कधीही कमी येत नाही. उलट जास्त नसेल तरच आश्चर्य वाटेल. परंतु मला तुम्हाला विचारायचंय, कारण तुम्ही एक लेखिका आहात, मला सांगा त्या जादा असलेल्या चार भागांचे मोल कसे करणार? तुम्ही न मागता जे काही अधिक ते तुम्हाला देऊ करतात त्याचं मूल्य तुम्ही कशामध्ये मोजणार?''

मी केवळ कौतुकाने मान हलवली. मी त्यांच्या या प्रश्नावर नक्कीच चांगले सविस्तर उत्तर देऊ शकत होते आणि त्यातून चांगला संवाद साधू शकत होते परंतु माझे विचार माझ्यापुरतेच ठेवायचे ठरवले कारण श्री. राय यांना त्यांच्या मालकाविषयी असणारा पराकोटीचा आदर मी समजू शकत होते. मला हेही कळत होते, की ही आदराची भावना केवळ या एका प्रसंगातून

तयार झालेली नसणार तर जी मूल्ये त्यांनी वर्षानुवर्षे रुजवलेली आहेत त्यातून ही भावना तयार झालेली असावी. परंतु मला एक यशस्वी, महान आणि अत्यंत संवेदनशील असा उद्योजक दिसून येत होता. तो त्याच्या ग्राहकांना समाधानी ठेवू पाहत होता आणि नुकसान होणाऱ्या किंवा हरवणाऱ्या भागांची भरपाई अगोदरच देण्यासाठी तत्पर दिसत होता. नुकसान झालेल्या मालाची भरपाई करणे अधिक खर्चिक काम होते त्यापेक्षा काही अतिरिक्त भाग पाठवणे केव्हाही सोयीस्कर होते. मी व्यावहारिक दृष्टीने असाच विचार केला होता परंतु अर्थातच मी त्या व्यक्तीला ओळखत नव्हते आणि त्यातून त्यामागील त्यांचा हेतू नक्की काय होता याची मला कल्पना नव्हती.

उत्सुकता, उत्कंठा हे कोणत्याही लेखकाचे खरे बलस्थान असते. मला आता अधिकाधिक जाणून घ्यावेसे वाटत होते. श्री. राय यांना जे जे ठाऊक होते ते मलाही जाणून घेण्याची इच्छा होती. श्री. राय जितक्या जवळून ओम प्रकाश मुंजाल यांना ओळखत होते त्याप्रमाणे मलाही ते व्यक्तिमत्त्व समजून घेण्याची एक आंतरिक ओढ निर्माण झाली.

''त्या चार जादा भागांचे खरे मूल्य हे त्यांच्या दडलेल्या प्रेमामध्ये होते.' श्री. राय म्हणाले. ''दुसऱ्यांप्रती असणारी संवेदनशीलता, काळजी त्यात होतीच पण त्यांच्यासाठी मी महत्त्वाचा आहे ' हा संदेश ते कृतीतून देत असत आणि त्याचा प्रभाव पडायचा. खरं तर इतर पुरवठादार याप्रमाणे थोडे जास्त भाग पाठवून मने जिंकू शकले असते परंतु ते जास्त भाग पाठवणं तर सोडाच परंतु जी ऑर्डर आहे त्यातही कमी भाग पाठवत असत. त्यानंतर मग काहींना या व्यवहारात या सुट्या भागांवरून दर आणि खर्चावरून घासाघीस होत असे. बलदेव राज यांनी यापूर्वीही इतर पुरवठादारांसोबत आणि इतर सायकलींसाठी देखील काम केलेले होते. परंतु त्यांनी केवळ 'हिरो' सोबत काम करण्याचे ठरवले. मुंजाल यांनी कधीही त्यांना खास डिलरशिप देण्यासाठी आमीष दाखवले नाही अगर मुद्दाम प्रवृत्त केले नाही. त्यांच्याप्रमाणे जीवनशैली आणि दर्जा राखून जगणे सहजसाध्य गोष्ट नक्कीच नव्हती. त्यामुळे त्यांच्यासोबत व्यवसाय करणे हा आनंदाचा भाग होता. त्याचप्रमाणे ताण न येण्याची हमी होती. त्यामुळे 'हिरो'चे वेगळेपण उठून दिसणारे होते. त्यामुळे मला असे अनेक उद्योजक माहीत आहेत, जे स्वतःहून हिरो सोबत व्यवसायासाठी प्रयत्न करतात आणि त्यांच्या

स्वतःच्या आनंदासाठी ते हे करताना दिसतात.''

या कथानकाला आता आणखी एक सुंदर वळण मिळताना मला दिसत होते. तुम्ही तुमच्या ग्राहकांना आनंदी कसे ठेवू शकता? 'ज्याची अपेक्षा आहे तितके तरी द्या' या एका संकल्पनेवर प्रामाणिकपणे काम केले तरीसुद्धा ग्राहक समाधानी होऊ शकतात. जेव्हा या पद्धतीने एखादा माणूस सातत्याने काम करत राहतो तेव्हा त्यातून आपसूकच असा संदेश जातो की, त्या व्यक्तीला त्याच्या कामाची काळजी तर आहेच परंतु त्याचबरोबर दुसऱ्याच्या कामाचीही काळजी आहे. आपले व्यवसाय आणि आपले जगणे हे एकमेकांशी जोडलेले असते. एखाद्या व्यक्तीचे तुमच्या व्यवसायात आणि तुमच्या आयुष्यामध्ये महत्त्वाचे स्थान आहे, याची जाणीव तुम्ही त्याला कशापद्धतीने करू देऊ शकाल? मानवी भावभावनांचा विषय जिथे येतो, विशेषतः जिथे एखाद्याविषयी आपण खूप सकारात्मक असतो, तिथे शब्द पूर्णपणे न्याय देऊ शकतीलच याची खात्री देता येत नाही. अशावेळी अत्यंत प्रामाणिकपणे, अत्यंत आस्थापूर्वक आणि प्रेमाने केलेल्या छोट्या छोट्या गोष्टी अनेकदा शब्दांपेक्षा अधिक प्रभावी आणि दीर्घकाळ असा ठसा उमटवून जात असतात.

''ते त्यांच्याकडील सर्वोत्तम असेल ते तुम्हाला देतातच, परंतु केवळ सर्वोत्तम देऊन तिथेच थांबत नाहीत तर त्याच्यावर आणखी काही तरी दिलेले असते.'' श्री. राय मनापासून त्यांच्या भावनांना मोकळी वाट करून देत होते. इंग्लिश मफीन खाताना ते म्हणाले, ''माझी बायको मला हे खाण्याची अजिबात परवानगी देत नाही.'' असं म्हणत त्यांनी त्यावर भरपूर साखरही पेरली.

अपेक्षा असेल त्याहीपेक्षा अधिक द्यावे, हा एक आध्यात्मिक पाठ होता त्यातून कामाचे स्वरुपच बदलून जाऊ शकत होते. आजच्या या स्पर्धात्मक अशा युगामध्ये जिथे अवास्तव आश्वासनांची खैरात केली जाते आणि प्रत्यक्ष देण्याच्या वेळी मात्र ग्राहकांना, कर्मचाऱ्यांना आणि सहकाऱ्यांना नाखूश केले जाते. त्याच स्पर्धात्मक युगात हा माणूस मात्र त्याने दिलेला शब्द तर पाळतोच परंतु अपेक्षा असेल त्याहीपेक्षा अधिक देऊ करतो. हा उद्योजक नक्कीच साधासुधा नव्हता व खऱ्या अर्थाने 'लंबी रेस'चा दमदार खेळाडू म्हणता येईल असे कर्तृत्व दाखवणारा होता.

मी अद्याप माझ्या नाश्त्याला हातदेखील लावला नव्हता. माझ्यासाठी ही

नाश्त्याची खूप लवकर वेळ होती. पण माझ्या मनात मात्र खूपकाही सुरू होते. कारण या वेळात मी अत्यंत हृदयस्पर्शी असा संवाद ऐकलेला होता. प्रदीर्घकाळ तो माझ्या मनात रुंजी घालत राहिला. अनेकदा लोक जेव्हा संवाद साधत असतात तेव्हा स्वतःविषयीच गुणगान गाण्यामध्ये व स्वतःचेच मोठेपण अधोरेखीत करण्यात धन्यता मानत असतात. परंतु श्री. राय यांच्यासारखा एखादा दुर्मिळच असतो, जो स्वतःविषयी न सांगता दुसऱ्याचे कौतुक करत राहतो. तो स्वतःपेक्षाही दुसऱ्याची प्रतिमा आपल्या नजरेत मोठी करतो. श्री. राय हे स्वतः यशस्वी गृहस्थ होते. त्यांनीही स्वतःच्या आयुष्यामध्ये खूप काही मिळवले होते. परंतु तरीही त्यांच्या आदराच्या केंद्रस्थानी श्री. ओम प्रकाश मुंजाल हेच होते.

श्री. राय यांच्यासमवेत झालेल्या त्या काही मिनिटांच्या संवादानंतर मला 'ओम प्रकाश मुंजाल' यांना प्रत्यक्ष भेटण्याची तीव्र इच्छा निर्माण झाली. कारण मला ते इतरांपेक्षा खूप वेगळे वाटले. वेगवान कार्स आणि वेगवान विमानांच्या या युगामध्ये सायकलचे एक विश्व उभारून त्यावर मनापासून प्रेम करणाऱ्या या माणसाला भेटायलाच हवे, हे मला राय यांना सांगावेसे वाटले.

आणि प्रवास सुरू झाला...

मी माझे तिकिट पुन्हा एकदा तपासले. मी लुधियानाला जाणाऱ्या रेल्वेचे एक्झिक्युटीव्ह क्लासचे तिकीट बुक केले होते. गेल्या दोन दशकांमध्ये मी एकदाही ट्रेनने प्रवास केला नव्हता. पण नव्या गोष्टींचे धाडस करण्यासाठी मी सदैव तयार असते. त्यामुळे अनेक वर्षानंतर करत असलेला रेल्वेचा प्रवास माझ्यासाठी आव्हानात्मकच होता. त्यात अनेकवर्षे ऐषआरामात आणि आरामदायी गेलेली असतील तर अशा प्रवासाचा विसर पडण्याचीच शक्यता अधिक.

माझ्या मनात असंख्य विचारांची गर्दी झालेली होती. मी अवघ्या दहा दिवसांपूर्वी तर माझे आता छान मित्र बनलेल्या श्री. राय यांना भेटले होते. त्यांनी सांगितलेल्या गोष्टींमुळे मला आता हिरो सायकल्सचे अध्यक्ष ओम प्रकाश मुंजाल यांना भेटण्याची उत्सुकता लागली होती. त्यांच्याविषयी काही लिहिता येईल का? याचाही विचार मी करत होते.

'माझ्या वडिलांना त्यांच्या आयुष्याविषयी काही बोलण्यात अजिबात रस नाही किंवा ते त्याला फारसे कधी महत्त्वही देत नाहीत.' त्यांचा मुलगा, पंकजने मला सांगितले. ''काम हेच त्यांचे दैवत आहे. याशिवाय त्यांच्यासाठी कोणतीच गोष्ट महत्त्वाची नाही. कुणाला त्याचे क्रेडीट मिळते, कुणाला त्याचा फायदा होतो... याची ते खरोखर पर्वादिखील करत नाहीत. त्यांनी हे जे काही निर्माण केले आहे त्यामुळे लोक आनंद होतात. त्यांनी अधिकाधिक लोकांच्या आयुष्यात चांगुलपणातूनच हा आनंद उभा केला आहे. आणि हीच गोष्ट त्यांनाही आनंदी मिळवून देते. त्यांना लोकप्रिय होण्यामध्ये बिलकुल रस नाही. त्यांना दुसऱ्यांना काही शिकवण्यातही रस नाही. 'मी काय शिकवू शकणार? आपण सारे आपापलेच शिक्षक असतो.' असे ते नेहमी म्हणतात.

त्याचे वडिल त्यांच्याविषयी काही लिहू देण्याविषयी अजिबात इच्छुक नसतील, हा इशारा पंकजने अगोदरच दिलेला होता. तरीही मी त्यांना भेटण्याचा आग्रह धरला. गेल्या काही दिवसांमध्ये श्री. राय यांच्यासमवेत माझ्या होत असलेल्या संवादातून त्यांच्याविषयी जी काही माहिती मिळत होती, ती जर खरी असेल तर अशा माणसाची नुसती भेट होणे ही देखील माझ्यासाठी खूप मोठी भाग्याची संधी आहे असे मला वाटले.

पंकजने सांगितले, ''मला तुम्हाला निराश करायचे नाही. परंतु तुम्हाला माहीत असावे म्हणून सांगतो, अनेक पत्रकार आणि लेखक यांनी माझ्या वडिलांविषयी एखादा लेख लिहिण्यासाठी तसेच अगदी पुस्तक लिहिण्यासाठी आग्रह धरलेला आहे परंतु वडिलांनी नेहमीच त्याला नकार दिलेला आहे.'' ते म्हणतात, ''फक्त माझी मुलाखत?... ती कशासाठी?... घ्यायचीच असेल तर माझ्या सर्व ३५०० कर्मचाऱ्यांची मुलाखत घ्या. तेव्हाच खरे चित्र तुमच्या डोळ्यांसमोर उभे राहिल. मी कुणी हिरो नाही किंवा ते बनण्याची माझी इच्छाही नाही. माझ्यासोबत असणारे माझे लोक हेच खरे हिरो आहेत.'' आणि तुम्हाला पुस्तक लिहिण्याची इच्छा आहे. आमच्या स्वतःच्या कंपनीसाठी एखादा व्हिडिओ तयार करायचा असेल तर त्यांची मोजकी प्रतिक्रिया घेणे हे देखील आमच्यासाठी फार मोठे आव्हान असते. ज्या क्षणी तुम्ही त्यांना सांगाल, की तुम्हाला त्यांच्याविषयी पुस्तक लिहायचे आहे, तुमचे काम सुरू होण्यापूर्वीच थांबलेले असेल. तसे ते अत्यंत नम्र आहेत.''

परंतु पंकज मला जे सांगून सावध करू पाहत होते, त्यातून उलट त्यांच्या वडिलांना भेटण्याची माझी इच्छा आणखी वाढली होती. जेव्हा तुम्हाला एखादी गोष्ट मिळणार नाही, असे सांगितले जाते तेव्हा तुम्हाला फक्त तीच गोष्ट हवी असते. मी त्यामुळेच तरीही आग्रह धरला आणि मला आत प्रवेश मिळाला.

'' माझी बहिण प्रियांका ही माझ्या वडिलांसमवेत विकेंडला राहण्यासाठी लुधियानाला जात आहे. तुम्ही तिच्यासमवेत जाऊ शकता आणि तिथे तिची मैत्रीण म्हणून आमच्या घरी राहू शकता. त्यामुळे या माध्यमातून माझ्या वडिलांना पाहण्याची आणि समजून घेण्याची तुमची इच्छा पूर्ण होऊ शकेल. मला कल्पना नाही, की तुम्हाला यातून कितपत माहिती मिळवता येऊ शकेल, पुढचा विषय मी तुमच्यावर सोडून देतो.''

पंकज यांनी जी काही मदत केली त्याबद्दल मी खरोखर कृतज्ञ झाले. कारण पंकज यांनी त्याच्या घराचे दरवाजे माझ्यासाठी उघडून दिले होते. त्यामुळे मला माझ्या उद्दिष्टपूर्तीसाठी एक चांगली संधी प्राप्त झाली होती. मी आव्हान स्वीकारण्यासाठी आता सज्ज झाले होते. मला लोकांना भेटायला आवडतं आणि माझ्या कामाचे स्वरुपच असे आहे की, त्यामुळे चांगल्या लोकांना सहजतेने भेटता येते. मला जर ओम प्रकाश मुंजाल यांना जाणून आणि समजून घेता आले तर मी ते खूप चांगल्या प्रकारे लिहू शकेन याची मला पूर्ण खात्री होती. आणि समजा मला त्यांच्याविषयी काहिही माहिती मिळू शकली नाही तरीही त्यांच्याविषयी ऐकून ऐकून सुरुवातीपासून जी एक आदराची भावना निर्माण झाली होती, त्या पार्श्वभूमीवर अशा एका मोठ्या व्यक्तिमत्त्वाला भेटण्याचा आनंद तर नक्कीच होणार होता.

एखाद्या विषयी आदराची भावना निर्माण होणं ही खरं तर कोणत्याही नात्याची खरी सुरुवात असते. विशेषतः एखादा लेखक आणि त्याचा विषय यांच्यामध्ये तर असतेच असते. जसजशी पुस्तकाची पाने लिहिली जात होती तसतसा त्यांच्याविषयीचा माझा आदर आणि प्रेम द्विगुणित होत गेला उद्दीष्ट, प्रेरणा आणि सामर्थ्य एकजीव होऊन त्या दोन व्यक्तींमध्ये एक विशेष असा समान धागा निर्माण होत जातो, असे मला अनुभवता आले.

मी लुधियानामध्ये दाखल झाले होते, ती ओ. पी. मुंजाल यांची सर्वात लहान मुलगी प्रियांकाची मैत्रीण म्हणून त्यांच्या घरी विकेंड घालवण्यासाठी. माझ्या सोयीने काम करणारी लेखिका या भुमिकेत मी नव्हते. मला खरंच काही गवसणार आहे का याची मला अद्याप कल्पना नव्हती परंतु मी सर्व शक्यता चाचपडून पाहत होते. त्यामुळेच ओ. पी. मुंजाल हे माझ्याशी काही तास बोलणार होते आणि इतकेच काय, हिरो सायकल्स फॅक्टरीची मला सफर घडवून आणण्यास तयार झाले होते.

अर्थात त्याची दुसरी बाजू होती की, मला कोणत्याही प्रकारच्या नोट्स काढण्याची किंवा बोलणे रेकॉर्ड करण्याची संधी मिळणार नव्हती. त्यामुळे मी सारे अनुभव, शब्द आणि भावना माझ्या हृदयाच्या कुपीत बंदीस्त करून ठेवले आणि जेव्हा मी लुधियानातून बाहेर पडले तेव्हा मनाशी खात्री झालेली होती की, माझ्याकडे सांगण्यासाठी एक महान, प्रेरणादायी अशी गोष्ट आहे. मी पुढील काही आठवडे घरी राहिले. त्याकाळात मी लिहिले, सारे आठवले आणि पुन्हा पुन्हा लिहित राहिले.

ज्यांना मी भेटले आणि माझ्या आयुष्यावर ज्यांनी प्रभाव टाकला अशा हिरोंच्या यादीमध्ये आता ओ. पी. मुंजाल यांचाही समावेश झालेला होता. त्यांना भेटल्याने, त्यांना जाणून घेण्याचा प्रयत्न केल्याने आणि त्यांच्यासमवेत काही काळ घालवल्याने मला माझे आयुष्य समृद्ध झाल्यासारखे वाटले. चांगुलपणावरचा माझा विश्वास अधिकच दृढ झाला आणि माझ्या उद्दिष्टप्राप्तीसाठी माझे मन नव्याने उजळून निघाले. प्रिय वाचकमित्रांनो, तुम्हालाही हा अनुभव यावा हीच सदीच्छा!

स्वतःच्याच शब्दांतून स्वतःला उलगडताना...

माता जिसकी ठाकूर देवी
पिता बहादूरचंद मुंजाल
भैय्या जिसके बालमुकुंद, सदानंद, दयानंद
सत्यानंद और ब्रिजमोहन लाल
पांचो भाभी, एक बेहना, भतिजे
भतिजियां बेमिसाल
पांच फूट चार इंच लंबा
छैय्यासी सेर वजनी
उमर है जिसकी इक्कीस साल
शरीर दुबला पतला
गितमुथिया, धीमी धीमी जिसकी चाल
नगर नगर मे घुम कर
बेचा करता है सायकल पार्टस्
कभी अजेंटिया कभी पॅकेरिया
कभी बन्टा ऑल इन ऑल
वही है ओम प्रकाश मुंजाल

१

भरभक्कम वृक्षाची मुळं खोलवर
रुजलेली असावी लागतात.

तुम्ही तुमच्या मुल्यांविषयी निश्चिंत असता तेव्हा कोणतेही निर्णय घेणं तितकेसं
अवघड राहत नाही.

– रॉय डिस्ने

ओम प्रकाश मुंजाल यांचा जन्म २६ ऑगस्ट १९२७ रोजी कमालिया या
गावामध्ये झाला. हे गाव लियालपूर या तत्कालिन विभक्त न झालेल्या
पंजाबमध्ये होते. कमालिया हे आता पाकिस्तानमध्ये आहे.

वडिल बहादूरचंद यांचे गावातील बाजारपेठेमध्ये होलसेलचे एक छोटेसे
दुकान होते. शेतकऱ्यांना लागणारे धान्य तिथे विकले जात असे. ओम
प्रकाश यांची आई ठाकूर देवी ही गृहिणी होती. ही अत्यंत मनमिळावू अशी
स्त्री होती व ती इतरांना मदत करण्यासाठी नेहमी तत्पर असे. आई–
वडिलांनी दिलेल्या संस्कारांचा, मूल्यांचा तसेच त्यांच्या व्यक्तिमत्त्वाचा खोल
प्रभाव ओम प्रकाश यांच्यावर आहे आणि त्यांच्यातील गुण समरस होऊनच
हे इतके चांगले व्यक्तिमत्त्व साकारले आहे.

समाजामध्ये त्यांच्या वडिलांना असणारा मानसन्मान आणि आदर त्यांनी
पाहिलेला होता. शेतकऱ्यांना उत्पादनातील त्यांच्या नफ्याचा वाटा
निश्चितपणे दिला जाईल, अशी ग्वाही त्यांनी दिलेली होती. त्याचवेळी
खरेदी करणाऱ्यांना देखील अवास्तव किंमतीने विक्री केली जाणार नाही,
यावर त्यांचा भर असायचा. त्यांचे वडिल असल्यामुळे बाजारपेठेमध्ये
अवास्तव किंमती वाढवणे किंवा नुसतीच जाहिरातबाजी अगर मालामध्ये
भेसळ करणे असले गैरप्रकार त्यांनी काबूत ठेवलेले होते. त्यावेळी संपूर्ण

व्यापार हा वडिलांच्या शब्दांबरहुकूम चालायचा. ओम प्रकाश नेहमी म्हणतात की, त्यांच्या मनात वडिलांविषयी असणारा आदर दररोज द्विगुणित होत असे.

मोठ्यांविषयी आदर बाळगणे हा कुटुंबाच्या संस्काराचाच भाग होता. मुंजाल यांच्या परंपरेने चालत आलेली अशी ती गोष्ट होती. छोटा भाऊ आपल्या आईवडिलांना जितका आदर द्यायचा तितकाच आदर तो आपल्या मोठ्या भावालादेखील द्यायचा आणि मोठे भाऊदेखील आपले स्वतःचे मूल असावे इतक्या प्रेमाने छोट्या भावांची मनापासून काळजी घ्यायचे. त्यामुळे मुलांचे पालनपोषण अतिशय चांगल्या रितीने होत असे. त्यामुळेच आजही वयाच्या ८६ व्या वर्षीदेखील ओ. पी. मुंजाल हे जेव्हा जेव्हा त्यांच्या मोठ्या बंधूंच्या समोर येतात तेव्हा ते त्यांच्या चरणांना स्पर्श करतात आणि मोठे बंधूदेखील आपल्या मुलाला आशीर्वाद द्यावा त्याप्रमाणे आशीर्वाद देतात.

दररोजच्या वागण्यातून, ओम प्रकाश यांच्या वडिलांनी त्यांच्या प्रत्येक कृतीतून आणि कामांतून प्रामाणिकपणाचा आदर्श वस्तुपाठ घालून दिला. ते नेहमी आपल्या या मुलाला सांगत की, जेव्हा तुम्ही तुमचा व्यवसाय अत्यंत सचोटीने व प्रामाणिकपणे करता तेव्हा व्यवसाय कोणताही असो, त्यामध्ये समृद्धी आपोआप चालत येते. आज प्राप्त झालेल्या साऱ्या यशामागे आई वडिलांनी त्यांचे केलेले पालनपोषण, जडणघडण हेच महत्त्वाचे ठरले असल्याची कृतज्ञता ओम प्रकाश मुंजाल हे दररोज न चुकता व्यक्त करतात. बहादूरचंद आणि ठाकूरदेवी हे दोघेजण म्हणजे संस्काराचां आदर्श होते असे ओम प्रकाश मनापासून मानतात आणि वेळोवेळी त्यांचा उल्लेखही करतात.

संपूर्ण मुंजाल परिवार हा अत्यंत धार्मिक आणि देवावर निस्सिम श्रद्धा असणारा आहे. त्यांच्या घरामध्ये नियमितपणे प्रार्थना आणि धार्मिक पाठ होतात. त्यामध्ये संपूर्ण कुटुंब हे श्रद्धा, प्रेम, चांगुलपणा आणि सेवा यामध्ये गाढ विश्वास ठेवणारे आहे. धार्मिक उपदेश करणारे आणि उच्च शिक्षित लोक सातत्याने मुंजाल यांच्या घरी येत असतात आणि त्यांचे विचारही येथे ग्रहण केले जातात.

ओम प्रकाश यांचा जिव्हाळा त्यांच्या आईशी अधिक होता. दररोज तिला जिथे जिथे शक्य आहे तिथे लोकांना मदत आणि सेवा देण्यासाठी त्यांच्या आई ठाकूरदेवी ही अत्यंत तत्पर असे. जर कुणी समजा आजारी असेल आणि त्यावेळी लक्ष देण्यासाठी कुणी हवे असेल तर ती तत्परतेने तयार

असायची. जर समजा एखाद्याच्या घरी खास कार्यक्रम असेल आणि त्याला मदतीसाठी हात हवा असेल तर देखील त्यांची आई लगेच तयार असायची. आजारपणात आणि चांगल्या आरोग्यात दोन्ही वेळी त्यांची आई तिथे असायची.

त्यामुळे दररोज सायंकाळी तिचे पाय चेपून द्यायचे आणि तिच्या गुडघ्यांना तेल लावायची सवय ओम प्रकाश यांनी स्वतःला लावून घेतलेली होती. तिला ज्या गोष्टीमध्ये सर्वाधिक आनंद मिळायचा, ती म्हणजे लोकांमध्ये राहणे, त्या गोष्टीपासून तिला कोणत्याही कारणामुळे वंचित रहावे लागू नये अशी त्यांची मनापासून इच्छा होती. जेव्हा आई थकूनभागून जायची तेव्हा तिच्यासाठी तिचा हा मुलगा तिच्याजवळ असायचा. तिला तिच्या मनासारखे जगता यावे म्हणून तिला शक्ती मिळावी व तिचे आरोग्य तंदुरुस्त रहावे यासाठी हा मुलगा काळजी घ्यायचा.

ओम प्रकाश यांची आई ही त्यांच्यासाठी आजही आदर्श आहे. त्याचप्रमाणे त्यांचे वडिल हे आजही सर्वात महान शिक्षक आहेत, असे ते मानतात. आता त्यांचे आई-वडिल अनंतात विलीन होऊन कितीतरी वर्षे लोटली असली तरी ओमप्रकाश अजूनही त्यांच्याविषयी सांगत असतात. ओम प्रकाश हे मनापासून असे मानतात, की त्यांचे आईवडिल ज्या उद्दिष्टासाठी आयुष्यभर कार्यरत होते ते काम एका जन्मापेक्षाही मोठे आहे. ते जे काही काम करत होते तेच काम पुढे घेऊन जाण्यासाठी ओम प्रकाश हे प्रयत्नशील आहेत.

२
सुरुवातीचे दिवस

तुम्ही मुलांना जे काही शिकवण्याचा प्रयत्न करता ते मुलांच्या लक्षात राहत नाही. त्यांच्या लक्षात राहते तुम्ही जसे त्यांच्या समोर आहात तेच!

–जिम हॅन्सन

ओम प्रकाश यांचे शालेय शिक्षण कामालियामध्येच झाले. लहानगा ओमप्रकाश अत्यंत बुद्धिमान होता परंतु तो कायम अबोल, अव्यक्त राहायचा. ऐन तारुण्यातही त्याच्या डोळ्यांसमोर सतत काही ना काही स्वप्नं असायची; त्याच्यासमवेतच्या इतर तरुण मुलांमध्ये अभावानेच दिसायची. ओम प्रकाशचा कल प्रामुख्याने सेवावृत्तीचा आणि योगदान देण्याकडे होता तर त्यावेळी त्याच्यासमवेतची इतर तरुण मुले धमाल आणि मस्ती करण्यातच दंग असायची. त्यामुळे आपल्यासारखी समान उद्दिष्टे असणाऱ्या लोकांच्या शोधात तो कायम असायचा. अशा शोधात असतानाच, त्याला एक 'कम्युनिटी सर्व्हिस कँप' सापडला आणि त्या ठिकाणी जाऊन त्यांच्यासमवेत उत्साहात सहभागी होणारा ओमप्रकाश हा सर्वात तरुण स्वयंसेवक ठरला. लोकांना उपयुक्त ठरेल अशा कोणत्याही सेवेसाठी तो सदैव त्याचा वेळ देण्यासाठी तत्पर असायचा.

वेळेचा सदुपयोग करून स्वतःला आणि जगालाही उन्नत करावे असे त्याचे स्वप्न होते. त्यासाठी त्याच्याकडे असणारी मूल्ये आणि उपजत क्षमता यांचा उपयोग लोकसेवेसाठी करावा, असे त्याचे जीवनविषयक तत्वज्ञान होते.

१९४३ चा तो काळ होता. राजकीय अस्थिर वातावरण होते. त्याचे पडसाद बंगालमध्ये प्रामुख्याने उमटत होते. जपान्यांनी हल्ला केला होता आणि त्या

पार्श्वभूमीवर महात्मा गांधींनी सुरू केलेले उपोषण हा साऱ्या भारतीयांसाठी एक आशेचा किरण होता. खराखुरा देशभक्त असलेल्या ओम प्रकाश यांना राष्ट्रीय व आंतरराष्ट्रीय घडामोडींमध्ये प्रचंड रस असायचा आणि त्यांना मातृभूमीची मनापासून सेवा करायची होती. त्यांचे आईवडिल व मोठे भाऊ यांनीही त्याचा तो कल ओळखला होता आणि ऐन तारुण्याच्या उंबरठ्यावर असलेल्या ओमप्रकाशच्या उद्दिष्टांचा त्यांनी आदर केला होता. लोकांना मदत व्हावी म्हणून विविध गटांनी 'रिलीफ कँप्स' उभे केले होते तसेच मदत यंत्रणा प्रस्थापित केलेल्या होत्या. अशा कँप्समध्ये लोकांना मदत करताना ओम प्रकाश नेहमी दिसायचे.

एकदा तर असे झाले, हे सारे कुटुंबिय अमृतसरहून त्यांच्या नातेवाईकांना भेटून परत येत असताना, ओम प्रकाश रेल्वेस्टेशनवरून घरी न जाता, काहीही न खाता-पिता थेट रिलीफ कँपमध्ये गेले आणि लोकांना मदत करू लागले. त्यांची जनसेवेप्रती मनापासून बांधिलकी होती आणि त्यात तत्परतेने ती जबाबदारी त्यांना पार पाडायची असे.

या साऱ्या धडपडीमध्ये ओम प्रकाशच्या आईवडिलांनी कायम त्यांना पाठबळ दिले. त्यांनी त्याला कधीही लहान मुलाप्रमाणे वागवले नाही. अशा एखाद्या उद्दिष्टासाठी काम करणाऱ्या एखाद्याला जितका आदर दिला असता तितकाच आदर त्यांनी त्यालाही दिला. आपल्या सामान्य गरजा भागवण्यापलीकडे आपल्या जीवनाचे काही उद्दिष्ट असते आणि त्याच्या पूर्ततेसाठीच आपण इथे आलो आहोत असे मानणाऱ्यांपैकी ते एक होते. त्यांनी कधीही त्याच्यावर दबाव आणला नाही, किंवा त्या कामापासून परावृत्त करण्याचा प्रयत्नही केला नाही. किंवा त्याची आवड मारण्याचा ही प्रयत्न केला नाही. त्यामुळेच त्याला कोणत्याही गोष्टीसाठी झगडत बसावे लागले नाही किंवा कोणत्याही गोष्टीच्या विरोधात बंड करून उठण्याची वेळ आली नाही.

एक पालक म्हणून त्यांनी मुलाला एक सर्वोत्तम अशी भेट देऊ केली होती, ती म्हणजे, मुलाला जे हवे ते करू देण्याचे स्वातंत्र्य!

३
ओमप्रकाशचे हिरो

खरा हिरो हा सामान्य माणूसच असतो, अत्यंत प्रतिकूल परिस्थिती व अडथळे असतानाही चिकाटीने व सहनशीलतेने त्यांचा सामना करण्याची शक्ती त्याच्याकडे असते.

–ख्रिस्तोफर रीव्ह

जीवनमार्गाचा आदर्श आपल्यापुढे उभा करतात ते खरे हिरो असतात. ते आपल्याला उद्दिष्टांचा, ध्येयाचा विसर पडू देत नाहीत. आपले सहप्रवासीच असतात. ते शब्द किंबहुना शारीरीक अस्तित्वही गरजेचे उरत नाही अशा एका स्तरावरून आपण त्यांच्याशी संवाद साधू शकतो आणि जोडले जाऊ शकतो असे ते आपले हिरो असतात.

प्रत्येकाचा एक हिरो असतो. ते त्यांना आदर्श मानतात. अशा लोकांच्या श्रद्धा आणि त्यांचा कल याविषयी देखील बरेच काही सांगता येण्यासारखे आहे. परंतु ओम प्रकाश यांचे हिरो मात्र स्वातंत्र्यसैनिक होते. भगतसिंग हे त्यापैकीच एक. आपल्या वैयक्तिक आयुष्यापेक्षाही काही मोठे उद्दिष्ट असू शकते, एक असे ध्येय जे अवघ्या देशातील प्रत्येकासाठी प्रेरणादायी ठरू शकते, हा भगतसिगांनी घालून दिलेला आदर्श त्यांच्यासाठी प्रेरणादायी ठरला होता. वैयक्तिक स्वरुपात एरवी ओळखही झाली नसती अशा आनंदासाठी आणि न्यायासाठी लढणाऱ्या अनेक लोकांशी त्यांनी संवाद प्रस्थापित केला. ओमप्रकाश हे अशा स्वातंत्र्यसैनिकांविषयी छापून येणाऱ्या बातम्या व लेखांची कात्रणे कापून ठेवत असत आणि स्वतःच्या वहीमध्ये चिकटवत असत. त्यामुळे तेव्हा आणि आतादेखील ती वही त्यांच्यासाठी प्रेरणेचा एक मोठा स्रोत होती.

१९७२ मध्ये जेव्हा ओ. पी. मुंजाल हे लायन्स क्लबचे प्रेसिडेंट बनले तेव्हा

भगतसिंग यांची आई माता विद्यावती यांचा त्यांनी सत्कार केला. देशसेवेसाठी प्राणार्पण करायला निघालेल्या मुलाच्या पाठीशी खंबीरपणे उभी राहिलेल्या या मातेला यथोचित गौरवण्यात आले. ओम प्रकाश यांनी उचललेले हे पाऊल अत्यंत शहाणपणाचे ठरले कारण त्यांच्या पाठोपाठ लगेचच शासनाने त्याची दखल घेऊन माता विद्यावती यांना राष्ट्रीय स्तरावर सन्मानित केले. स्वातंत्र्यसैनिकांमध्ये दिसणारी ती धडाडी आता ओम प्रकाश यांच्या वृत्तीत पुरेपूर भिनली असून लोक, सेवा आणि देश यांच्याप्रती ती वारंवार दिसून येते. एखादा माणूस त्याच धर्तीवर किंवा त्याच स्वरूपाचे काम करेल असे सांगता येणार नाही. परंतु, स्वतःच्यापलीकडे जाऊन काहीतरी मिळवण्याचे उद्दिष्ट मात्र समान असू शकते. त्यात इतरांनाही ते बरोबर घेतात आणि त्याग करण्यासाठी, कष्ट करण्यासाठी आणि स्वतःचे योगदान देण्यासाठी स्वतःहून प्रवृत्त करतात. त्यातून आपल्या या जगात आशेचा एक नवा किरण आणि जगण्याची एक नवी ऊर्जा मिळते.

ओम प्रकाश यांचे त्यांच्या हिरोंशी एक वेगळेच नाते आहे. हे जे काही भावानुबंध आहेत ते प्रेरणेशी संबंधित आहेत, अपेक्षेशी नाही. हे जे नाते प्रस्थापित झालेले आहे, ते धाडस, सत्य, आत्मविश्वास यांवर आधारलेले आहे. यात नात्यांच्या बळावर आणि त्यांच्या हिरोंचे गुण जीवनात उतरवूनच ओम प्रकाश यांचे व्यक्तिमत्त्व साकारलेले आहे.

४

शोध लागला पॅशनचा

माझ्यासमवेत असणारी कविता हे माझे ध्येय नाही परंतु पॅशन नक्की आहे.

ओम प्रकाश यांना त्यांच्या पॅशनचा शोध खूप लवकर लागला. ते एक कवी होते.. अजूनही आहेत. ते ज्या भाषेमध्ये कविता साकारतात आणि जे काही सांगू पाहतात त्या साऱ्या शब्दांना एक उपजत शहाणपण आणि आध्यात्मिक अशी खोली असते. त्यांच्या दृष्टीने कविता हे लोकांशी जोडले जाण्याचे एक सुरेख माध्यम आहे. लोकांचा, कामाचा आणि एकूणच आयुष्याचा महोत्सव म्हणून साजरा करण्याचे ते एक माध्यम आहे.

किशोरवयीन अवस्थेत असताना त्यांनी एक कविता त्यांच्या मोठ्या भावाला दयानंद यांना वाचायला दिली. त्यातील भावोत्कटता पाहून ते देखील भारावले. इतकी खोली असणारी कविता साकारणारा कवी कोण असावा हे जाणून घ्यायची त्यांना तीव्र इच्छा निर्माण झाली. जेव्हा ओम प्रकाश यांनी सांगितले की, तो कवी दुसरा तिसरा कुणी नसून खुद्द ते स्वतः आहेत तेव्हा त्यांच्या बंधूंनी त्यांच्यावर विश्वासच ठेवला नाही व मान्य करण्यास नकार दिला. त्यांच्यामते, इतक्या लहान वयात इतकी खोली आणि भावनात्मकता कवितेतून उतरणे शक्यच नव्हते. समजूतदारपणाच्या इतक्या उच्च पातळीवरून त्यांचा लहान भाऊ विचार करू शकेल असे त्यांना अजिबात वाटले नाही. तेव्हा दयानंद यांनी त्यांच्या नुकत्याच जन्मलेल्या बाळावर एक कविता करण्याचे आव्हान दिले. एकही क्षण न दवडता, ओम प्रकाश यांनी लगेचच त्या बाळावर एक कविता लिहून दाखवली. असे असूनही ओम प्रकाश कवितेविषयी सांगताना मात्र म्हणतात, 'मला माझी कविता लक्षात

राहत नाही. त्या क्षणापुरती ती निर्मिती होते आणि लिहून ठेवायचेसुद्धा मला लक्षात ठेवावे लागत नाही. कविता माझ्या मनात जन्म घेते आणि त्यानंतर मला कधीही शब्दांसाठी अडून बसावे लागत नाही. काही वर्षांपूर्वी मात्र माझ्या मुलाने आग्रह धरल्याने मी साऱ्या कविता शब्दबद्ध करून लिहून ठेवण्यास सुरुवात केली.''

दयानंद यांनी ती कविता ऐकल्यानंतर त्यांनी ओमप्रकाशचे मनापासून कौतुक केले. त्यानंतर त्यांनी ज्या शब्दांत कौतुक केले ते ओमप्रकाश यांनी त्यांच्या मनाच्या तिजोरीत कायमचे जपून ठेवले. त्यांनी ओमप्रकाशला सांगितले की, 'लिहिण्याची ही सवय आणि कवितेचा हात कधीही सोडू नकोस. कविता हा तुझ्या आत्म्याचा हुंकार आहे. हा खरा तू आहेस. त्याला भावनेचे खतपाणी दे. त्याला शक्ती दे, त्याची चमक तुझ्या प्रत्येक कामात दिसू दे, तुझ्या प्रत्येक खेळात दिसू दे आणि तुझ्या आयुष्यातील प्रत्येक नात्यातही दिसू दे.'

आजमितीला ओम प्रकाश हे उद्योगविश्वामध्ये एक उद्योजक व त्याचबरोबर एक चांगले कवी म्हणून सुपरिचित आहेत. ते त्यांच्या कविता उर्दू भाषेमध्ये लिहितात. ते जेव्हा प्रत्यक्ष भेटतील तेव्हा आपल्यावर प्रेम, ऊर्जा आणि ज्ञान यांचा उत्स्फूर्त असा वर्षाव होत राहतो.

तुम्ही ज्या एखाद्या गोष्टीसाठी झपाटलेले असता ती गोष्ट कुणीही नष्ट करू शकत नाही. तुमची बुद्धीमत्ता तुमच्यापासून कुणीही हिरावून घेऊ शकत नाही. मात्र तुमच्याकडूनच दुर्लक्ष झाले तर मात्र ती नक्की नष्ट होऊ शकते. जेव्हा हेच पॅशन तुमच्या प्रोफेशनचा भाग बनून जाते तेव्हा ते तुमच्या बिझनेस मॉडेलमध्येसुद्धा सहजतेने समरस होते. कोणतेही पैसे खर्च न करता तुमच्यातून जी कलात्मकता उत्स्फूर्तपणे प्रदर्शित होऊ लागते त्यावरूनच त्या विषयाबाबतीत तुमची पॅशन किती आहे याचा अंदाज येऊ शकतो. ओम प्रकाश त्यांच्या पॅशनच्या बरोबरीनेच त्यांची कला जिंवत ठेवू शकले आहेत. आता त्यांच्याकडे एक छोटीशी वही असून ते त्यांच्या कविता त्यामध्ये लिहितात. ते त्याला 'दिवान' असे संबोधतात (पर्शियन भाषेत त्याचा अर्थ पुस्तक असा होतो.) त्यांच्या कवितेतील काही शब्दांचा गर्भितार्थ आणि मतितार्थ जाणायला गेल्यास ते आपल्याला एका भूतकाळात आणि एका वेगळ्या विश्वात घेऊन जातात. दरवर्षाच्या अखेरीस त्यांची ही वही तब्बल एक हजाराहून अधिक रचना आणि सुभाषितांनी भरून गेलेली

असते. त्याला ते 'हिरो डायरी' म्हणतात. दरवर्षी हिरो परिवारातील सर्व वितरक, कर्मचारी, व्हेंडर्स आणि ग्राहक त्यांच्या या नववर्षाच्या भेटीची अत्यंत आतुरतेने वाट पाहत असतात.

त्यांनी कवितेकडे कधीही व्यवसाय म्हणून पाहिले नाही परंतु ते जे काही करतात त्याचा तो एक अविभाज्य असा भाग नक्कीच आहे. ते कवींना सतत प्रोत्साहन देतात आणि कवी संमेलनांनाही हजेरी लावतात. इतकंच काय जे कवी म्हणून स्वतःला प्रस्थापित करू पाहण्यासाठी धडपडत असतात अशांना ते मदतीचा हातही देतात. दरवर्षी प्रकाशित होणाऱ्या हिरो डायरीमध्ये कवींना संधी देऊन त्यात खास शेरोशायरीचाही अंतर्भाव करतात. कवींना प्रोत्साहन मिळेल आणि चांगले कवी तयार होतील अशा कार्यक्रमांचे ते आवर्जून आयोजन करतात. हिरो सायकलमध्ये असा एकही डिलर नसेल जो असं म्हणेल, की ओ. पी. मुंजाल यांनी त्याच्यासाठी खास असे काही लिहिले नाही. ते त्यांच्या बैठकांची सुरुवातही कवितेने करतात आणि जमलेले सारेजण त्यांच्या शब्दांनी भारावून जातात. 'आम्हाला आणखीन ऐकायचे आहे.' ही उत्स्फूर्त दाद प्रत्येकवेळी येत असते. उद्योगाची चर्चा करत असतानाच ते कविता, जोक्स, क्रिकेटच्या गप्पा असे सारे काही सांगून त्यात रंगत आणत असतात.

५
मनाने अत्यंत प्रेमळ

जेव्हा तुम्ही एखाद्याच्या नजरेमध्ये पाहता, आणि तुम्हाला जे हवं असतं ते सारं तिथे दिसतं... तेच प्रेम!

– अज्ञात

ओ. पी. मुंजाल आणि त्यांची पत्नी सुदर्शन यांचे लग्न खूप लवकर झाले. तो दिवस म्हणजे, १० डिसेंबर १९५३. त्यांच्या आईवडिलांनी ठरवून करुन दिलेले लग्न असल्याने प्रत्यक्ष लग्न होईपर्यंत ते एकमेकांना भेटलेले नव्हते इतकंच काय त्यांनी एकमेकांना पाहिलेलेही नव्हते. या विषयात त्यांना काहीही बोलण्याची संधी मिळालेली नसली तरी नियतीनेच त्यांना एकत्र आणायचे ठरवले होते, असे ओपी मानतात. सुदर्शन मुंजाल यांना सारेजण बीजी म्हणून ओळखतात. नवऱ्याच्या प्रत्येक भुमिकेच्या त्या कट्टर समर्थक आहेत. त्याचप्रमाणे ओ. पी. मुंजालही आपल्या पत्नीचे पाठिराखे आहेत. त्यांच्या पत्नीवर त्यांचा सर्वात जास्त विश्वास आहे. ते पत्नीवरही कविता रचतात.

दररोज रात्री जेवण झाल्यानंतर कलात्मक रितीने सादर केलेल्या जेवणाचेही कौतुक ते कवितेतून करतात. 'माझी पत्नी जे जेवण बनवते ते ती खूप आकर्षक पद्धतीने मांडते.'असे ते आवर्जून सांगतात. ओ. पी. मुंजाल यांचा स्वभाव खूप विनोदी आहे. त्याची एक मजेशीर आठवण आहे. ते विक्रीच्या निमित्ताने १९८८ मध्ये दिल्लीला चालले होते. त्यांच्या पत्नीने दोन सफारी दिले होते परंतु त्यांना अल्टर करणे गरजेचे होते. ते अंगाला जरा मोठे होत होते आणि टेलरकरून अल्टर करून घेतल्यानंतरच चांगले बसणार होते. त्यांनी ते सफारी बॅगेत वरच्यावरच ठेवले आणि दिल्लीमध्ये गेल्यानंतर

टेलरकडून अल्टर करून घेण्यास सांगितले. ओम प्रकाश दिल्लीमध्ये गेल्यानंतर टेलरकडे घेऊन जायचे तर विसरलेच परंतु पुढच्या चार दिवसांमध्ये तेच सफारी घालून ते सगळीकडे फिरत होते. खरे तर एखाद्या पिशवीत भरल्याप्रमाणे ते दिसत होते. तुमचे वजन खूप कमी झाल्यासारखे वाटत आहे, असे त्यांचे वितरक भेटतील तेव्हा सांगत होते. परंतु मोठ्या साईजचे कोट घालून ते फिरताहेत ही गोष्ट ना त्या वितरकांच्या लक्षात आली ना खुद्द मुंजाल यांच्याही.

ओम प्रकाश आपल्या पत्नीला नेहमी अत्यंत प्रेमाने विचारतात, ''तुझ्याशिवाय मी काय करू शकेन?''

''त्यामुळेच मी बऱ्याचदा त्यांच्यासोबत प्रवास करते. ते त्यांच्या कामावर इतके केंद्रित असतात आणि उत्साहाने ओथंबलेले असतात की त्यांचे या बाह्य गोष्टींकडे कधी लक्षच नसते. कपड्यांचे डिझाईन, रंग, साईज, ब्रँड या पैकी काहीच ते पाहत नाहीत. आजही ते या गोष्टींकडे लक्ष देत नाहीत.'' त्यांची पत्नीही आपुलकीने सांगते.

त्यांच्या संपूर्ण कुटुंबामध्ये दोघांना कधीही आपसात भांडताना कुणीही पाहिलेले नाही. ते एकमेकांना अतिशय चांगल्या रीतीने समजून घेतात. ओ. पी. मुंजाल यांचा उद्योगावरील फोकस लक्षात घेता त्यांच्याकडून उत्तम काम होण्यासाठी अतिशय समजूतदार आणि प्रोत्साहन देणारी पत्नी हवी होती. तशाच त्या आहेत. त्यांच्या कामाप्रती असणाऱ्या बांधिलकीविषयी त्यांना खूप आदर आहे. विविध दौऱ्यांमध्ये त्यांची पत्नी आवर्जून त्यांच्या समवेत असते आणि वितरकांच्या कुटुंबियांसमवेत त्या समरस होतात. आपल्याच कुटुंबातील लोकांची मनापासून काळजी घ्यावी इतक्या आस्थेने त्या वितरक आणि त्यांच्या परिवारातील लोकांना जेवण वाढतात. त्यांनी घर हे त्यांचे विश्व मानले आहे व त्या मुलांकडे लक्ष देतात. घरामध्ये कायम शांतता नांदेल याकडे त्या लक्ष देतात आणि घरातील छोट्या मोठ्या गोष्टींनी ओ. पी. मुंजाल यांच्या डोक्याला त्रास होणार नाही याची त्या पत्नी म्हणून काळजी घेतात.

ईश्वराच्या कृपेने ओम प्रकाश आणि सुदर्शन यांना पाच मुले आहेत. निरु, मीता, पूनम, पंकज आणि प्रियांका. पंकज हा त्यांचा चौथा मुलगा. त्याच्या जन्माच्या वेळी ओपी म्हणाले, अब मेरी बेटियां सज जायेंगी (माझ्या मुलांना आता छान भाऊ लाभला.) आता या साऱ्या बहिणींची काळजी घेण्यासाठी

एक भाऊ आला आहे याचा त्यांना मनस्वी आनंद झालेला होता. त्या काळामध्ये मुलगी जन्माला येणे यात कुणालाही फार अप्रूप वाटत नसे. परंतु ओम प्रकाश यांनी त्यांच्या सर्व मुलींवर जीवापाड प्रेम केले. नीता ही त्यांची दुसरी मुलगी. ती सांगते, आमच्या आईवडिलांनी आमच्यामध्ये कधीही मुलगा–मुलगी असा भेदभाव केला नाही. शिक्षण असो वा कोणतेही अभ्यासाबाहेरचे उपक्रम त्यामध्ये आम्हाला सर्वांना समान वागणूक दिली गेली. आम्हाला सर्वांना सर्वोत्तम अशा बोर्डिंग स्कूलमध्ये शिकता आले. प्रियांका सांगते, 'आमच्या आईवडिलांनी आमच्याकडे समान लक्ष दिले आणि आम्हाला जेव्हा त्यांची गरज होती तेव्हा तेव्हा ते आमच्या सोबत होते. आम्हाला सर्वांना एकसारखेच प्रेम आणि वागणूक देत त्यांनी आम्हा पाचही जणांचे पालनपोषण केले. मी जेव्हा शाळेमध्ये शिकत होते तेव्हा माझी मोठी बहिण निरु हिला बाळ झाले होते. त्याच्या एक दिवस अगोदर आमच्या शाळेत क्रीडादिन होता. पहिल्या नातवाला पाहण्यासाठी ते निश्चितच बहिणीकडे प्रथम जातील आणि मी शर्यतीत भाग घेईन तेव्हा मला धावताना पाहायला ते तिथे नसतील असे मला वाटले होते. परंतु माझे आईवडिल सनावर येथे आले. ते माझी शर्यत होईपर्यंत थांबले. पुन्हा ते तिथून दिल्लीला परत गेले आणि तिथून पुन्हा विमानाने माझ्या बहिणीला पाहायला कलकत्याला गेले. मी त्या शर्यतीत जिंकू शकले नाही परंतु तरीही त्या दिवशी मी जगातील सर्वात आनंदी मुलगी होते!

मुलांना फक्त वस्तू नको असतात, त्यांना त्यांचे आईवडिल हवे असतात. त्यांचा वेळ आणि त्यांनी आपल्याकडे लक्ष दिले तरी मुलं आनंदी होऊन जातात. जेव्हा नेमकी याचीच उणीव भासते तेव्हा इतर सर्व गोष्टी आणि खेळणी सारे काही निरर्थक होऊन जाते. 'माझे वडिल आईला घरी फोन करून सांगायचे की, घरी आता किती लोक जेवायला येणार आहेत. त्याप्रमाणे आई घाईघाईने तितक्या लोकांचा स्वयंपाक बनवण्याची तयारी सुरू करत असे.' त्यांची तिसरी मुलगी पूनम सांगते, 'महत्त्वाचे कुणी पाहुणे येणार असले की, घरी पूरी आणि आलू हा दुपारच्या जेवणाचा ठरलेला मेनू असायचा. हे जेवण बनवण्यामध्ये बीजी स्वतः जातीने लक्ष घालायच्या. ती केवळ जेवण बनवण्याचे आदेश सोडून मोकळी व्हायची नाही तर स्वतः जेवण बनवत असताना थांबायची. तिच्या स्वतःच्या हाताची लज्जत त्या पदार्थांना दयायची. गेल्या काही वर्षांत तिचे आजारपण वाढल्यानंतर मात्र

आता ती केवळ जेवण बनवताना स्वतः लक्ष देत असते व आवश्यक त्या सूचना करते. परंतु सुरुवातीच्या काळात मात्र ती जेवण बनवण्यापासून ते वाढण्यापर्यंत सर्व कामांमध्ये सदैव आमच्यासोबत असे.''

प्रियांका सांगते, ''लोकांशी नाते कसे जोडायचे हा आगळावेगळा संस्कार आमच्या आईवडिलांनी आम्हाला दिला.''आमचे आई वडिल हेच आमच्यासाठी आदर्श आहेत. आम्हा सर्वांची अतिशय आनंदात लग्न झाली. आमच्या लग्नानंतरच्या आयुष्यात देखील आम्ही स्थैर्य आणि आनंद निर्माण करू शकलो यामागे केवळ त्यांनी दिलेले संस्कारच आहेत. आम्ही नेहमी विचार करतो की, असे पालक मिळणे खरोखर दुर्मिळ अशी गोष्ट आहे. परंतु तुम्हाला एक सांगू का? त्यांनी ते काही संस्कारआणि मूल्य आम्हाला दिली ती जर प्रामाणिकपणे अनुसरली तर त्याच्यापाठोपाठ निखळ असा आनंद ओघानेच येतो. आनंदी कौटुंबिक जीवन कसे जगता येऊ शकते याचा आईवडिलांनी आदर्श असा वस्तुपाठच आम्हाला घालून दिलेला आहे. तो दर्जा कायम टिकून रहावा याचा आम्ही मुलांनीही कसोशीने प्रयत्न केला आहे. आमची सर्वांची पायाभरणी आणि आमचे पालनपोषण हे त्यांनी कमालीच्या चांगल्या पद्धतीने केल्यामुळे त्यांचे काम आणि त्यांचे संस्कार हे सारे आता आमच्या मुलांपर्यंत पोहोचले आहेत.

सर्व मुले सांगतात, की जेव्हा एकजण सांगत असतो, तेव्हा इतर सारेजण त्याचं ऐकतात. पंकज सांगतात, 'माझे वडिल माझ्या आईकडे लक्ष देण्यासाठी खास वेळ काढतातच. ते तिच्याकडे लक्ष देतात आणि तिला वेळही देतात. माझी आई त्यांच्या मार्गात कधीही अडथळा न बनता त्यांच्या उद्दिष्टपूर्तीसाठी अलिप्त राहून सुरेख साथ देते आणि त्यांनाही त्याचे वेगळे समाधान लाभते. त्यामुळे हे नाते आणखीन दृढ होते. ती त्यांची काळजी मनापासून घेते त्यामुळे ते हजारो कुटुंबांकडे लक्ष देऊ शकतात. ती त्यांच्या वेळापत्रकाची अत्यंत काटेकोरपणे काळजी घेते त्यामुळे त्यांनी इतरांना दिलेला शब्द कधीही पडू दिला जात नाही. माझी आई त्यांची काळजी घेते त्याविषयी वडिलांनी कौतुकाने उल्लेख केला नाही असा एकही दिवस जात नाही.

जेव्हा ओमप्रकाश काम करून घरी येतात तेव्हा सोबत ते काम आणत नाहीत. ते ओव्हरटाईम करत नाहीत. त्यांचा ओव्हरटाईमवर विश्वास नाही. ते असं मानतात, की एखादा व्यक्ती जर त्याचे काम नियोजित वेळेमध्ये संपवू

शकत नसेल तर याचा अर्थ ती व्यक्ती कार्यक्षम नाही. हा मुद्दा ते अत्यंत गांभीर्याने मांडतात.

ते कधीच का भांडत नाहीत? इतकंही चांगलं असू नये की ते खरं वाटू नये. ओम प्रकाश म्हणतात, ''लोक भांडतात कारण ते दुसऱ्याचा दृष्टिकोनच समजून घेत नाहीत. जर तुम्हाला दुसऱ्या व्यक्तीचा दृष्टिकोन लक्षात आला तर तुम्ही त्याच्याशी अथवा तिच्याशी कशासाठी भांडण कराल? मी माझ्या पत्नीला काय म्हणायचे आहे नेहमी जाणून घेण्याचा प्रयत्न करतो आणि बहुतांशवेळा तिचा दृष्टिकोन योग्य असतो.'' काही क्षण थांबून ते म्हणतात, ''प्रत्येक वेळी तिचा दृष्टिकोन योग्य असतो. तुम्ही ज्या व्यक्तीवर प्रेम करता तिच्याशी भांडण करायची काय गरज आहे? आणि जर समोरच्याचा दृष्टिकोन योग्य असेल तर त्या विरोधात जाऊन भांडण करण्याची काय गरज आहे? तुम्ही बाहेर कामात यशस्वी आणि घरात मात्र अपयशी असे राहू शकत नाही. अंधार हा सुद्धा आयुष्याचा एक भाग आहे, हे एकदा मान्य केले की तुम्ही इतरांच्याही बाजू समजून घेऊ शकता. यशाची परिणती जर घर तुटण्यात होत असेल तर त्याइतके मोठे अपयश दुसरे कोणतेही नाही. आपण मिळवत असलेले यश, संपत्ती आणि चार मिनिटांची समृद्धता हे सारे आपण कष्ट करून ज्यांच्यासाठी अर्जित करतो त्या माणसांशीच ते शेअर करता येत नसेल तर त्या साऱ्याचा उपयोग तो काय? ते सारे व्यर्थच!

जर तुम्ही घरात समाधानी असाल तर तुम्ही कामाच्या ठिकाणीही आनंदी राहता. आनंदी वृत्तीने काम केल्यानंतर तुमचा यशाचा मार्ग सुकर होत जातो. ओ. पी. मुंजाल यांनी या साऱ्यांचे अत्यंत सुरेख संतुलन साधले आहे. त्यांची ही भूमिका समजून घेण्यासारखी आणि जीवनात आचरणातही आणण्यासारखी आहे.

लहान मुलांसोबत असताना ते अगदी लहान होऊन जातात. ते त्यांचे फाजील लाड करत नाहीत परंतु त्यांना प्रोत्साहन देण्यासाठी बक्षीस मिळवण्याची संधीही मिळवून देतात. मुलांना आवडत नसतील असे कोणतेही उपक्रम किंवा गोष्टी करण्याचा त्यांचा अनाठायी आग्रह कधीही नसतो. मुलांना त्यांचे भविष्य स्वतःला घडवू देण्यासाठी आवश्यक ते स्वातंत्र्य देतात. त्यांचा एकच सल्ला असतो तो म्हणजे, आपल्या मनाचे ऐका आणि मूल्यांशी कधीही तडजोड करू नका.

ओ. पी. मुंजाल यांची सारी मुले मनापासून सकारात्मक दृष्टिकोन बाळगणारी

आहेत. हा वारसा त्यांना त्यांच्या वडिलांकडून मिळालेला आहे. त्यांनी शिकवले म्हणून शिकले असे झाले नाही; परंतु ते असे आदर्शवत आयुष्य जगले तेच अत्यंत प्रेरणादायी होते.

उन्हाळ्याच्या सुट्ट्यांमध्ये एकदा सगळ्या कुटुंबाने मिळून खीर भवानी येथे सहल आयोजित केली होती. मुले, मित्र आणि त्यांच्या परिवारातील सदस्यांनी चक्क चार कार भरून गेल्या होत्या. ओम प्रकाश हे कायम शेवटच्या गाडीमध्ये असतात. सर्व कुटूंबकबिल्याच्या मागून ते येतात. जेव्हा ते खीर भवानी येथे पोहोचले तेव्हा त्यांना तिथे स्वच्छतागृहे व राहण्याची अपेक्षित चांगली सुविधा दिसली नाही. आणि उन्हाळाही खूप होता. ओम प्रकाश यांची कार सर्वांत शेवटी आली. गाडीतून उतरल्यानंतर मात्र ते इतके उत्साहात होते जणू त्यांचे पाय स्वर्गालाच टेकलेले असावेत. त्यांनी एक मोकळा दीर्घ श्वास घेतला आणि निळ्या आकाशाकडे पाहिले. 'किती सुंदर आहे हे...' त्यांची ही उत्स्फूर्त अशी प्रतिक्रिया ऐकून सारेचजण जरा चक्रावले. सारेजण त्या जागेविषयी तक्रार करत होते त्यांना यातून नकळत एक संदेश मिळाला. ओम प्रकाश मात्र निसर्गाचा मनसोक्त आस्वाद घेत, निसर्गसौंदर्य अनुभवत आणि तेथील पक्षी पाहत ते फिरू लागले. त्यांनी सामोसे मागवले. ते एका वर्तमानपत्राच्या कागदात आले आणि प्लॅस्टिकच्या छोट्या कपात चहा आला. अशा मधल्या वाटेमध्ये त्यांना गरम गरम खायला देणाऱ्या त्या छोट्याशा हॉटेलवाल्याच्या कल्पकतेचे आणि त्याच्या धडाडीचे त्यांनी कौतुक केले. त्यांचा उत्साह खरोखर लक्षणीय होता. इतका की, प्रत्येक गोष्टीकडे सकारात्मक दृष्टीने पाहण्याच्या त्यांच्या वृत्तीने व आनंद घेण्याच्या स्वभावामुळे त्याचा आपोआपच इतर सदस्यांवरही परिणाम झाला. आपण जसे पाहू तसे आपल्याला जग दिसते. ते खेळ खेळले, त्यांनी गाणी म्हटली. साऱ्यांचा वेळ अतिशय आनंदात गेला. मुक्त आनंदी व्यक्तिमत्त्व जशी जगतात तसाच त्यांनी मनसोक्त आनंद घेतला कारण त्यांच्या डोक्यावर अत्यंत अनमोल असे आकाश होते आणि पायाखली सीमांचे बंधन नसणारी जमीन होती. आजवरच्या अनेक सहलींमधील ती एक सर्वोत्तम अशी सहल साऱ्यांच्याच स्मरणात राहिली.

'माझ्या वडिलांना प्रत्येक परिस्थितीमध्ये चांगले तेच दिसते. त्यांना चांगल्या गोष्टींचा शोध घ्यावा लागत नाही. ते त्यांना सहजपणे दिसतेच. सकारात्मकतेशी त्यांची नाळ उत्तम जुळलेली आहे. त्यामुळे आम्हा सर्वांनाच

त्यांचा याबाबतीत आदर वाटतो. जेव्हा जेव्हा विपरीत परिस्थिती निर्माण होते किंवा काही अशी आव्हाने उभी राहतात जेव्हा आपला जीव पार घाबरून जातो तेव्हा आम्ही स्वतःलाच प्रश्न विचारतो, ''या परिस्थितीला पापाजी कसे सामोरे गेले असते?'' आणि अचानक आम्हाला एक चांगुलपणा, एक वेगळी संधी आणि शिकण्याचा नवा मार्ग दिसू लागतो.'' असं प्रियांका सांगते.

'आम्ही लहान असताना आमचे वडिल आमच्याशी खूप संयमाने वागत असत. एकदा आमच्या एका चाचणी परीक्षेत मी नापास झाले. हायड्रोजन आणि ऑक्सिजनच्या संयुगातून पाणी कसे तयार होते हे मला नीट समजले नव्हते. जेव्हा मी परीक्षेत नापास झाले हे त्यांना समजले तेव्हा त्यांनी मला एक पत्र पाठवले. त्यामध्ये त्यांनी पाणी कसे तयार होते व त्याची शास्त्रीय प्रक्रिया काय असते हे सविस्तर समजावून सांगितले होते. मी शरमिंदा होईन अथवा माझा अपमान होईल असा एकही शब्द त्यात नव्हता. उलट जे मला समजले नव्हते ते विस्ताराने समजावण्याचा प्रयत्न केला. त्यांना आम्हाला एखादा मुद्दा समजावून सांगायचा असेल तर त्यासाठी ते त्यावर आधारित एखादी गोष्ट गुंफत असत. त्यामुळे आम्ही त्यांच्याकडून गोष्ट ऐकण्यास उत्सुक असायचो आणि त्या गोष्टीचे तात्पर्य देखील खूप काही शिकवून जायचे.' असे पूनम सांगते.

'आमच्या वडिलांचे शिक्षण दहावीच्या पुढे झाले नाही. परंतु आमच्या शिक्षणाचा मात्र त्यांना अभिमान आहे. ते आम्हाला कायम इंग्रजीत संवाद साधायला सांगायचे. त्यांचे इंग्रजी संवादकौशल्य सुधारावे असा त्यामागे त्यांचा विचार होता. इंग्रजी चांगले बोलता यावे व भाषेचे उच्चार सुधारावेत म्हणून त्यांनी चक्क इंग्रजी बोलण्याचा क्लासही लावला होता. आम्ही शाळेमध्ये काय शिकलो हे ते आवर्जून विचारत व त्याद्वारे ज्ञान विस्तारण्याचा त्यांचा प्रयत्न असे, असे पंकज सांगतो.

ओम प्रकाश त्यांच्या यशाचे श्रेय हे त्यांच्या घरातील संस्कारांना, नितीमूल्यांना आणि कुटुंबाने दिलेल्या पाठबळाला देतात. जेव्हा सारे खांब मजबूत असतात तेव्हाच किल्ला भक्कम राहू शकतो. परंतु त्यातील एक जरी खांब स्थिर नसेल तर अवघ्या साम्राज्याचा डोलारा हलू लागतो आणि कोसळण्याची शक्यता निर्माण होऊ शकते. ओम प्रकाश यांच्या कुटुंबियांनी ते सारे जण भरभक्कम खांब असल्याचे सिद्ध केले आहे.

६
शाळेच्या चौकटीबाहेरचे खरे शिक्षण

ज्ञानामध्ये केलेली गुंतवणूक ही सर्वाधिक चांगले व्याज देते.
– बेंजामिन फ्रँकलिन

ओम प्रकाश यांना जरी दहावीच्या पलीकडे शिक्षण घेता आले नसले तरीही त्यांची सर्व मुले सर्वोत्तम अशा शाळा-कॉलेजमधून शिकतील असा त्यांनी प्रयत्न केला. वयाच्या पंधराव्या वर्षी त्यांनी दहावीपर्यंत शिक्षण पूर्ण केले तेव्हा त्यांच्या मोठ्या भावाने त्यांना व्यवसायात सहभागी होण्यास सांगितले. ओम प्रकाश यांनी भावाला सांगितले की, त्यांना पुढे शिक्षण पूर्ण करण्याची इच्छा आहे. परंतु परिस्थितीच अशी काही निर्माण होत गेली की, त्यांना ठरवून देखील काम बाजूला सारता आले नाही आणि शाळेकडे वळता आले नाही. ते व्यवसायामध्ये इतके गुंतत गेले की, त्यातून त्यांना शाळेसाठी वेगळा वेळ काढणे अवघड झाले.

कामामुळे शिक्षणाचा त्याग करावा लागला याची कधी खंत वाटते का, असे कुणी त्यांना विचारले तर त्यांचे उत्तर असते, 'तुम्हाला शिकण्यापासून कुणीही परावृत्त करू शकत नाही. तुमची शिकण्याची संधी कुणीही हिरावून घेऊ शकत नाही. आयुष्य हाच सर्वात मोठा शिक्षक असतो आणि जग ही सर्वांत मोठी शाळा. जीवनभरासाठी आपण या शाळेमध्ये विद्यार्थी म्हणूनच प्रवेश घेत असतो. अनेक लोकांसाठी शिक्षण हा विषय शाळा-महाविद्यालयांच्या चौकटीपुरताच बंदीस्त असतो. एकदा काम सुरू केल्यानंतर मी पुन्हा शाळेत गेलो नाही. परंतु त्यानंतरच्या आयुष्यातील प्रत्येक दिवसात रोज मी काही ना काही शिकतच राहिलो. जेव्हा काहीतरी

चुकीचे घडते, जेव्हा एखादी गोष्ट माझ्या आकलनाच्या पलिकडची असते तेव्हा मी शिकत असतो. मी शिकतो... अधिक उन्नत होतो... मी अधिक चांगले काम करतो. जेव्हा मी चूक करतो. मी शिकतो.. मी शिकतो... मी मोठा होतो... जेव्हा जेव्हा मी अडचणीच्या परिस्थितीला सामोरा जातो. मी शिकतो... मी शिकतो आणि अधिक चांगली वास्तव परिस्थिती निर्माण करतो. मी शाळेत जाण्यास अपयशी ठरलो हे खरे; परंतु जीवनाच्या या पाठशाळेत मी कधीही शिकण्याच्या बाबतीत असमर्थ ठरलो नाही.'

'शिक्षण महत्त्वाचेच आहे असे मी मानतो. ते प्रत्येकाने घ्यायलाच हवे. लुधियानातील अनेक शाळांना मी मदत करतो. ज्यांना शिक्षण घेणे परिस्थितीमुळे शक्य होत नाही अशा खऱ्या गरजूंना शिक्षणाची संधी मिळवून देण्यासाठी मी सदैव तत्पर राहतो. परंतु तरीही असे अनेकजण आहेत ज्यांच्यापर्यंत मी पोहोचू शकत नाही. त्यांच्यासाठी माझा संदेश असा आहे, तुम्हाला कदाचित शिक्षण घेणे परवडू शकणार नसेल; पण म्हणून काहीही झाले तरी शिकणे थांबवू नका. विद्यार्थी बनणे हा आपला स्वतःचा चॉईस असतो.

भले माझ्याकडे दाखवण्यासाठी कोणतेही प्रमाणपत्र नसेल परंतु जेव्हा रात्री झोपायला जाताना माझ्या मनात एकही शंका नसते तेव्हा माझ्या मनाशी हे पक्के होते की, आज दिवसभराच्या जीवनाच्या परीक्षेत मी चांगल्या रितीने उत्तीर्ण झालो आहे. या परीक्षेमध्ये उत्तीर्ण झाल्यानंतर कोणत्या ग्रेड्स मला मिळाल्या त्यादेखील मी दाखवू शकणार नाही कदाचित, परंतु जेव्हा मी आरशासमोर उभा राहतो तेव्हा मला अभिमान असतो की, मी आजच्या दिवसाची परीक्षा रंगतदार पद्धतीने उत्तीर्ण झालो आहे. मला पदवीधर झाल्यानंतर घालतात तसा काळा कोट आणि काळी टोपी घालण्याची संधी कधी प्राप्त झाली नाही परंतु, ज्या काळातून मी वर आलो त्याविषयी कोणताही खंत अथवा कटू भावना न बाळगता माझ्या दिवसाचा शेवट मी हसतमुखाने करतो. मी आयुष्य चांगले जगलो हे मात्र नक्की.'

'आणि अर्थातच मी एक चांगला विद्यार्थी आहे हे लक्षात आल्यानंतर आयुष्याने माझ्यापुढे तशीच आव्हाने उभी केली आणि माझी प्रत्येक वेळी एका वेगळ्या पातळीवर परीक्षा घेतली. माझे पाय जमिनीवर ठेवून मला शिकण्यासाठी, प्रेम करण्यासाठी, जगण्यासाठी आणि माझ्यातील अधिक चांगला मी शोधण्यासाठी प्रवृत्त केले.'

एकापेक्षा एक चांगल्या पदव्या संपादन करून शैक्षणिक गुणवत्ता सिद्ध करून त्यांची बुद्धीमत्ता व व्यावसायिक कौशल्य सिद्ध करण्याची एक अहमहमिका एका बाजूला सुरु असताना इथे ८६ वर्षांचा एक विद्यार्थी शिकण्याची दुर्दम्य इच्छा बाळगून आहे, त्याला मोठे होण्याची इच्छा आहे आणि नव्या क्षितीजांचा वेध घेण्याची आस आहे. ज्याला कुणाला आयुष्यामध्ये यशस्वी व्हायचे आहे, ज्याला कुणाला स्वतःचा ठसा उमटवायचा आहे, त्याने स्वतःला एक प्रश्न दररोज न विसरता विचारायला हवा, आज मी नवीन काय शिकलो ?

७
कधीही जबाबदाऱ्या टाळू नका

महानतेचे मूल्य हे जबाबदारीत दडलेले असते.

– विन्स्टन चर्चिल

ओम प्रकाश हे जेव्हा अवघ्या पंधरा वर्षाचे होते, तेव्हा सर्व जबाबदारी त्यांच्या तरुण खांद्यांवर येऊन पडली. त्यांनी सुरू केलेल्या व्यवसायातील विक्रीची बाजू सांभाळावी आणि तिचा विस्तार करावा अशी जबाबदारी त्यांच्या भावाने त्यांच्याकडे सोपवली. परंतु जेव्हा आयुष्य आणि उपलब्ध वेळ यांच्या बाबतीत अनेक कल्पना असतात तेव्हा ती व्यक्ती एकाच विषयावर लक्ष केंद्रीत कशी करु शकली असेल? तारूण्यातील अनेक आनंदाचा,आकर्षणाचा त्याग त्यांनी कसा केला असेल?

''हे खरे आहे की, माझा भर फक्त कामावर होता. मी माझ्या जबाबदारीला झपाटलेपणाची जोड दिली. ज्या दिवसापासून मी काम करायला सुरूवात केली त्यानंतर मी एकदाही मागे वळून पाहिले नाही. या प्रवासात मी खरा आभारी आहे, तो माझ्या मोठ्या भावांचा. कारण मोठ्या विश्वासाने त्यांनी जबाबदाऱ्या माझ्या खांद्यावर दिल्या. माझ्या त्या वयात खरं तर मला अशा गोष्टींचा शोध लागू शकला नसता परंतु माझ्या वयापलिकडे जाऊन विचार करण्याची क्षमता निर्माण होण्याची संधी मला मिळाली. आज माझ्या व्यक्तिमत्वाने जो काही आकार घेतला आहे त्याचे सारे श्रेय मी माझ्या भावांनी मला दिलेल्या 'त्या' संधीला देतो आणि त्यामुळेच माझ्या मनात त्यांच्याविषयी खूप आदर आहे. माझ्या कामातूनच लोकांच्या मनात मी माझ्याविषयी प्रेम निर्माण करू शकलो आहे. लोकांची सेवा करणे हे माझे प्रमुख उद्दिष्ट मी साध्य करू शकलो आहे.

'जेव्हा जेव्हा तुम्हाला योगदान देण्याची संधी मिळत असते तेव्हा तुम्ही तरुण आहात की, वृद्ध याने काहीही फरक पडत नाही. तुम्ही तुमची जबाबदारी कधीही टाळता कामा नये. केवळ तुमच्या व्यक्तिगत आयुष्यामध्ये व्यग्र राहून तुम्ही योगदान देण्याची चांगली संधी कधीही दवडू नये. अशा वेळी तुम्ही अधिक चांगल्या गोष्टी होण्यासाठी व व्यापक हितासाठी ही निवड करायला हवी. जर असे केले तर तुम्ही जे काही योगदान देता त्याद्वारे तुम्ही तुमच्या आयुष्यात असता त्याहीपेक्षा मोठे झालेले असता.'

'जेव्हा खरी गरज होती तेव्हा जर मी या व्यवसायामध्ये योगदान देण्याची जबाबदारी स्वीकारली नसती तर कदाचित आत्ता तुम्ही एका वेगळ्याच माणसाशी बोलत असतात. तुमचे कामच तुमच्यावतीने बोलत असते. तुमचे कामच तुमच्या आयुष्याला आकार देते. कामच तुमचे व्यक्तिमत्त्व उलगडते. तुम्ही जे काही करता त्यामुळेच तुमची ओळख निर्माण होते. जेव्हा कधी जबाबदारी तुमचे दार ठोठावेल तेव्हा दार उघडा, तिचे मनापासून स्वागत करा आणि सेवा करा.'

केवळ व्यक्तिगत कारणांसाठी लोक जबाबदारीपासून अंग झटकतात कारण कुटुंबाची जबाबदारी त्यांच्या खांद्यावर असते. त्यामुळे त्यांनी जे काही केलेले असते त्याचा त्याग करण्याची त्यांची इच्छा नसते. ते त्यांच्या कामातूनही दिसत राहते. त्यांची अव्यक्त राहणारी अशी अस्वस्थता आणि स्वतःच्या अपेक्षा पूर्ण होऊ न शकल्याची सल ही त्यांच्या कामातूनही दिसते. कामातील दुर्लक्ष किंवा सुमार दर्जाचे केलेले काम ही त्याची उदाहरणं होत. जेव्हा तुम्ही एखादा निर्णय घ्याल त्यानंतर मागे वळून पाहू नका. गुणवत्ता आणि झपाटलेपण या दोन गोष्टीच तुम्हाला पुढे नेऊ शकतात. तुम्ही जे काही कराल त्यामध्ये त्यांना कायम सोबत घेऊ शकता. गुणवत्ता आणि झपाटलेपण ज्याच्यात असते तो साधं जेवणही तितक्याच चांगल्या पद्धतीने करतो, घोडेस्वारीही तितकीच चांगली करतो आणि अगदी ताटंसुद्धा तितक्याच चांगल्या रितीने धुवून काढतो. त्याचे घरही त्याच पद्धतीने तो चालवतो. तो काय करतो हा मुद्दा तसा गौण आहे परंतु तो जे काही करेल ते उच्च प्रतीच्या गुणवत्तेचा आग्रह धरून आणि झपाटून जाऊन करणे आवश्यक आहे. जो हे करू शकतो तो खरा हिरो! तो खरा नेतृत्वकुशल! आपण जे काही बनू शकलो असतो याचा ज्यांना पश्चाताप होत राहतो, ज्यांना त्यांनी

केलेल्या त्यागाची सतत खंत वाटत राहते, ते अगदी परिणामकारकपणाने त्यांच्यातील झपाटलेपण आणि अमर्याद ऊर्जेला स्वतःच्या हातांनी खीळ घालतात. तुम्हाला जसे बनायचे असते अगदी तस्सेच तुम्ही बनता. 'तिथे' पोहोचण्यासाठी 'इथे' या पेक्षा योग्य जागा असूच शकत नाही. आपण एका समान पातळीवर असतो. तुम्ही जे काही करत असता तोच तुमच्या कर्तृत्वाचा दाखला असतो. आरोपी असल्यासारखे जबाबदारीला सामोरे जाऊन त्यात तुमची शक्ती खर्च करू नका. तुमची शक्ती त्यावर मात करण्यात खर्च करा.'

८
मुंजाल बंधू,
हिरोंचा परिवार

मी माझ्या आत्म्याचा शोध घेतला परंतु मला माझा आत्मा दिसला नाही.
मी देवाचा शोध घेण्याचा प्रयत्न केला परंतु देव माझ्यापासून अदृश्यच राहिला.
मी माझ्या भावाचा शोध घेतला आणि मला ते तिघेही तिथेच सापडले.

– अज्ञात

सहा भाऊ आणि एका बहिणीमध्ये ओम प्रकाश हे सर्वात लहान. त्याच्या
मोठ्या भावांनी व बहिणीने त्यांना कधीही कमीपणाची वागणूक दिली नाही
अगर लहान समजून वागवले नाही परंतु लहानगा ओम प्रकाश त्यांना पाहत
होता व त्यांच्याप्रमाणेच वागून मोठा होत गेला. त्यांचे भाऊ हीच त्यांची
सर्वात मोठी प्रेरणा. 'माझी बहिण संतोष ही माझी सर्वात चांगली मैत्रीण.
आम्ही सारेच तिच्यावर खूप प्रेम करायचो. तिलाही सर्वांची सेवा करण्यात
मनस्वी आनंद मिळायचा. आर्य समाजाच्या विविध उपक्रमांमध्येही ती
सक्रिय असायची. आश्रमासाठी फंड उभे करण्यात तिचा पुढाकार असायचा.
संत आणि महात्म्यांना ती पाठबळ देत राहायची. ती एक आध्यात्मिक स्त्री
आहे आणि तिच्या सर्व सहा भावांच्या आयुष्यामध्ये एक नवा प्रकाश
आणला.' असे ओमप्रकाश सांगतात.

त्यांचे भाऊ दयानंद हे त्यांचे पक्के पाठीराखे होते. अगदी लहान असतानाही
आणि नंतर एक यशस्वी उद्योजक बनल्यानंतरही. नकारात्मकता आणि
निराशा यांची झळ बसू नये यासाठी त्यांचा हा भाऊ नेहमी काळजी घ्यायचा.
जेव्हा जेव्हा काही चुकीचे घडेल तेव्हा त्यांचा हा भाऊ त्यांना त्याची
उजळणारी बाजू दाखवून द्यायचा आणि त्यातून मार्ग काढायलाही

शिकवायचा. हे सारे गुण ओमप्रकाश यांच्यामध्येही आलेले दिसतात. दयानंद हे नेहमीच ओम प्रकाश यांचे कौतुक करायचे आणि त्यांना प्रोत्साहन द्यायचे व अधिक चांगल्या उंचीवर जाण्याची प्रेरणा देत राहायचे. दयानंद यांचे १९६८ मध्ये निधन झाले. त्यावेळी संपूर्ण मुंजाल परिवारासाठी तो धक्का होताच पण ओम प्रकाश यांच्यासाठी सर्वाधिक.

'माझा आधारस्तंभ गेला... माझी सर्वांत मोठी शक्तीही' ओम प्रकाश व्यथित होऊन सांगतात.'त्याचा मुलगा विजय याने वडिलांची सारी जबाबदारी स्वीकारली. वडिलांचे तेच 'स्पिरीट' टिकून राहील याची काळजी घेत तो समर्थपणे उभा राहिला आणि त्याने कंपनी सांभाळली. मी आजही अनेकदा जेव्हा विजयला पाहतो तेव्हा त्यातून मला माझा भाऊच माझ्याकडे पाहतो आहे असा मला भास होतो.' दयानंदचा मृत्यू हा अकाली आणि अनपेक्षित होता. लुधियानाला जेव्हा एक वितरकांची बैठक झाली तेव्हा त्याने छातीत दुखत असल्याचे सांगितले होते. परंतु त्याला त्याचा वेग कमी करायचा नव्हता कारण तेव्हा हिरो सायकल्सचा एकूण व्यवसाय एका चांगल्या उंचीवर पोहोचलेला होता. महिन्याभरातच त्याला एक मोठा ह्रदयविकाराचा झटका आला आणि त्यात त्याचे निधन झाले.

सत्यानंद मुंजाल हे ओम प्रकाश यांच्यासाठी अगदी वडिलांसारखे आहेत. त्यांचे शब्द, आशीर्वाद आणि सूचना या साऱ्या गोष्टी ओमप्रकाश यांच्यासाठी मौल्यवान आहेत. त्यांच्या भावाने त्यांनी एखादी गोष्ट सांगितलेली आहे आणि त्या गोष्टीला ओमप्रकाश यांनी नकार दिला आहे असे कधीही घडले नाही. ब्रिजमोहन लाल हे त्यांचे बंधू म्हणजे ओमप्रकाश यांचे कट्टर पाठीराखे आहेत. ओम प्रकाश आणि त्यांचे हे बंधू यांना परस्परांविषयी खूप आदर आहे. आणि यशाचे श्रेय दोघेही एकमेकांना देतात. 'हिरो सायकल्सचे इतके प्रचंड यश तुम्ही कसे मिळवलेत?' असे विचारले तर ब्रिजमोहन लाल म्हणतात, ''ओमप्रकाशच्या प्रचंड कष्टांमुळे ते आहे.' आणि ओमप्रकाश म्हणतील, ''माझ्या भावाने घेतलेल्या कष्टांचेच हे श्रेय.'' हिरो सायकल्सच्या यशासाठी हे भाऊ खांद्याला खांदा लावून कष्ट करत आले आहेत. ओम प्रकाश यांनी असंख्य शहरे फिरून त्याठिकाणी डिलरशिप प्रस्थापित करण्यासाठी अथक प्रयत्न केले तर ब्रिज मोहन लाल यांनी व्यवसायाच्या सीमा जागतिक स्तरावर नेऊन ठेवल्या.

सदानंद आणि बालमुकुंद हे भाऊ हिरो सायकल्सच्या व्यवसायात प्रत्यक्ष

सहभागी नसले तरीही चारही भावांच्या या प्रयत्नांमध्ये त्यांची पाठराखण करणारे आहेत. ओमप्रकाश यांचा सर्व भावांवर तेवढाच जीव आहे. 'माझे भाऊ हेच माझे विश्व आहेत. माझ्या आयुष्यात तीच माझी कमाई आहे आणि माझ्या शेवटच्या क्षणापर्यंत मी त्यांची सेवा करत राहणार आहे.'' असे ते म्हणतात.

हे सारे भाऊ त्यांच्या फ्लॅटमध्ये एकत्र राहतात. त्यांच्या घराजवळचा रस्ता हा 'हिरो की गली' म्हणून सुपरिचित आहे. ब्रिज मोहन लाल आणि ओमप्रकाश हे एकाच घरात राहतात आणि ते एकमेकांच्या अधिक निकट आहेत. ट्रेडमिलवर जॉगिंग करत असताना त्यांचा मुलगा रमन मुंजाल याला अचानक ह्रदयविकाराचा झटका आला आणि त्यात त्याचे अकस्मिक निधन झाले. त्यानंतर १९९१ मध्ये ब्रिजमोहन लाल हे लुधियानातून दिल्लीला गेले. ब्रिज मोहन लाल यांच्या आयुष्यात ही पोकळी कायमची राहिली.

ओम प्रकाश म्हणाले, माझ्या भावांच्या दूरदृष्टीमुळे आणि अथक कष्टांमुळे 'हिरो' साकारू शकले. आज जे काही साम्राज्य तुम्हाला दिसते आहे त्याचे सारे श्रेय त्यांनाच आहे. आजमितीला हिरोचा विस्तार प्रचंड होऊन इतर अनेक व्यवसाय आणि कंपन्या जगभरात सुरू झाल्या असल्या तरीही माझे ह्रदय हिरो सायकल्समध्येच आहे कारण माझ्या भावांची प्रेरणा, भावना, त्यांनी गाळलेला घाम आणि आत्मा तिथे आहे. हिरो सायकल्स माझ्यासाठी काय आहे असा प्रश्न मला नेहमी विचारला जातो. माझे उत्तर कधीही बदलत नाही. हिरो सायकल्स हे माझ्यासाठी 'माझे भाऊ' हेच आहेत. मी जेव्हा जेव्हा फॅक्टरीमध्ये येतो तेव्हा मला त्या परिसरातल्या इंचा इंचामध्ये मला फक्त तेच दिसतात. प्रत्येक कोपऱ्यात, प्रत्येक पायरीवर, प्रत्येक जागी त्यांच्या आठवणी आहेत. बंधुत्व, विश्वास, धाडस आणि प्रेम यांच्या असंख्य आठवणी पावला पावलावर आहेत.

विस्ताराची योजना आखली जात असताना जेव्हा विभागणी करणे आवश्यक ठरले तेव्हा मी हिरो सायकल्सची निवड केली. हिरो सायकल्स सोडून मला दुसरे काहीही नको हे मी आग्रहाने सांगितले. मुंजाल बंधूंची हिरो सायकल्स हीच खरी ओळख आहे. आजवर जपलेल्या मूल्यांचे ते प्रतिक आहे. ही तीच कंपनी आहे जी माझ्या भावांनी उभी केली आहे आणि आयुष्यभर ती उभी रहावी यासाठी मी प्रयत्नशील राहीन. त्यांनी ज्या मुल्यांसाठी हयात खर्च केली ती मी जपेन. हा खेळ असाच सुरू ठेवण्याचा मी

प्रयत्न करीन आणि त्याचा जगभरात विस्तार करेन. माझा मुलगा पंकज हा आणखी एक हिरो! तो पुढच्या पिढीतला हिरो असून आम्ही जपलेला दिवा तो पुढे घेऊन जात आहे. माझ्या भावांनी मला जिथून पुढे आणले आणि आज मी ज्या ठिकाणी उभा आहे त्याबद्दल मी माझ्या भावांविषयी असणारी कृतज्ञता शब्दांत व्यक्त करू शकत नाही.

९
अपेक्षापूर्ती

कर्तृत्व गाजवताना अपेक्षा खाली आणू नका. तर कर्तृत्वाला इतके उंच न्या की,
तुमच्या अपेक्षांची पूर्तता होईल. तुमच्यातील सर्वोत्तमाची अपेक्षा धरा आणि वास्तवात
जे काही करण्याची गरज आहे ते मनापासून करा.

– राल्फ मार्स्टन.

ओम प्रकाश यांना त्यांचे बंधू सत्यानंद यांच्याकडून मिळालेले 'प्रशिक्षण'
अतिशय साधे सोपे होते. 'दुकान सांभाळ आणि ग्राहकांची सेवा कर.' त्यांनी
एकदा ओमप्रकाशना विचारले होते, ''तुझ्याकडून काय अपेक्षा आहे हे तुला
नक्की समजले आहे का? तुला तुझी जबाबदारी नक्की समजली आहे का? ते
तू करू शकशील का?''
''होय. मला समजले आहे. जर तुम्हाला विश्वास असेल की, मी ते करू
शकेन तर मी ते नक्की करून दाखवेन.'' ओमप्रकाश यांनी उत्तर दिले.
त्यापुढील तीन वर्षे ओमप्रकाश यांनी दुकान सांभाळले आणि ग्राहकांना
सायकलींचे सुटे भाग विकले. उदाहरणादाखल सांगायचे तर, जेव्हा एखादा
ग्राहक तुमच्या दुकानात एखादी गोष्ट खरेदी करण्यासाठी येत असतो तेव्हा
तो केवळ त्याला जी गोष्ट हवी तेवढीच पाहत नसतो. त्याला आपल्याकडे
लक्ष द्यावे असे वाटत असते. त्याला समजून घेणारे कुणीतरी हवे असते
आणि त्याचवेळी त्याला आदर मिळावा अशीही त्याची भावना असते. त्याचे
जे काही महत्त्व असते त्याचीच विक्री तुम्ही करत असता. त्याने तुमच्याकडून
ती गोष्ट प्रत्यक्षात खरेदी करो अथवा न करो हे करणे आवश्यक असते. जेव्हा
लोकांना महत्त्व दिले जाते अशी भावना निर्माण होते तेव्हा ते तुमच्याकडे
परत येतात. त्यांना हवी असणारी गोष्ट फक्त तुमच्याकडेच मिळते म्हणून ते

परत येतात असे नाही तर त्यांना अपेक्षित असणारे महत्त्व त्यांना मिळते म्हणूनच ते परत येतात.

त्याचप्रमाणे माझ्या भावाने दयानंदने मला आणखी एक गोष्ट शिकवली ती म्हणजे, गुणवत्ता, किंमत आणि मूल्यांशी कधीही तडजोड करायची नाही. एका गोष्टीत तडजोड केली की, पुढच्या गोष्टींतही तडजोड स्वीकारावी लागते. हा मंत्र मी माझ्या हृदयावर कोरून ठेवला. हिरो सायकल्स हे त्या मूल्यांची जपणूक करते. जेव्हा मी दुकानामध्ये काम करत असायचो तेव्हा आम्ही विकत असलेल्या उत्पादनांचा मला अभिमान होता. त्याच्या किंमतीबाबतही मला खात्री होती. विक्री करणाऱ्यासाठी 'अभिमान' आणि 'आत्मविश्वास' या दोन गोष्टी फार महत्त्वाच्या असतात.

या बंधूंनी अमृतसरमध्ये तीन वर्षे काम केले आणि त्यानंतर त्यांचा एक विजयी संघच तयार झाला. सेवेतील व्यावसायिकता आणि उत्पादनांतील गुणवत्ता यांसाठी त्यांना पुरस्काराने सन्मानित करण्यात आले आणि त्यातून समाजमान्यता व प्रतिष्ठा प्राप्त होत गेली. परंतु त्यांचे आयुष्य अमूलाग्र बदलून टाकणारा असा धक्का त्यांना मिळणार आहे याची मात्र त्यांना कल्पना नव्हती.

१०
आव्हानांनी अर्थ मिळे आयुष्याला...

आव्हानांमुळेच तुम्हाला तुमच्यामधील अशा गोष्टींचा शोध लागतो जो पूर्वी कधीही माहिती नव्हता.

– सिसली टायसन

१९४७. स्वातंत्र्याची पहाट झाली. परंतु त्याचबरोबर भारत–पाकिस्तानची फाळणीही झाली. त्यातून अमृतसरचे भविष्य धोक्यात आले.

अमृतसर हा लाहोरचा भाग होता आणि फाळणीच्या वेळी तो विभागला गेला व स्वतंत्र भारताचा भाग झाला. हिंदु–मुस्लिम यांच्यातील धार्मिक तेढ टोकाला गेलेली होती. अमृतसरमधून लोकांना जबरदस्तीने घरांतून बाहेर काढले जात होते आणि त्यांना पाकिस्तानात धाडले जात होते अगर पाकिस्तानातून लोक अमृतसरला त्यांचा जीव वाचवण्यासाठी येत होते. स्वातंत्र्याचा महोत्सव साजरा होत असताना हिंदू–मुस्लिमांच्या प्रचंड दंगलीही होत होत्या. हजारो लोकांना जीव गमवावा लागला तसेच असंख्य लोकांना त्यांची घरे सोडावी लागली. कुटुंबे परागंदा झाली. अनेक व्यवसाय संपुष्टात आले, आशेचे दीप मावळत गेले.

युद्धामागून युद्ध सुरू असते तेव्हा शांतताच हवी असते. फाळणी झाल्यानंतर त्या धक्क्यातून सावरण्यासाठी अमृतसरला फार मोठा काळ जावा लागला. या फाळणीच्या आपत्तीचा धक्का इतका प्रचंड होता की अनेक लोक पुढील अनेक वर्षांसाठी भावनिकदृष्ट्या खचले. यशाची वाट शोधण्याची त्यांची क्षमताच क्षीण होऊन बसली.

ओम प्रकाश यांचे आईवडिल हे तिकडे कामालीयामध्येच होते. हा भाग पाकिस्तानमध्येच राहिलेला होता. त्यांना तिथून परत यायचे नव्हते. जेव्हा

सर्व प्रकारच्या विनंत्या, आर्जवे अपयशी ठरली तेव्हा दिल्लीतील शासकीय सेवेत असणारे दयानंद हे स्वतः कामालियाला जाऊन आईवडिलांना अमृतसरला परत आणण्यासाठी निघाले. मुंजाल परिवार कामालियातील शेवटच्या ट्रेनने निघाले आणि सारे अमृतसरला परत आले.

अजूनही अमृतसरमध्ये आनंदाचे व शांततेचे वातावरण निर्माण झालेले नव्हते. त्यामुळे दोन्ही मुंजाल बंधूंनी सुरु केलेला व्यवसाय यशस्वी होत असताना आणि वाढत असताना एका रात्रीत त्याला झटका बसला. हा परिणाम पुढील कित्येक आठवडे टिकून राहिला. जिवंत आणि धावणारे शहर निर्वासितांच्या शिबिरांचे ठिकाण बनून गेले. या शहराला पुन्हा पूर्ववत होण्यासाठी आता कित्येक वर्षे जावी लागणार होती. मुंजाल यांना जाणीव झाली की आता या अमृतसर शहरात काही जीव राहिलेला नाही. त्यामुळे त्यांनी धाडस केले आणि दृढनिश्चय केला. पुन्हा एकदा नव्याने भविष्य साकारण्यासाठी त्यांनी आग्र्याहून काम सुरू करण्याचे ठरवले.

ते अमृतसर सोडणार होते, त्यावेळी त्यांचा एक सप्लायर करीम दीन हा ओम प्रकाश यांना भेटायला आला. हा करीम दीन मुंजाल यांना सायकलींचे सीट बनवून देत असे. त्या काळात खरं तर व्यवसायावरून हिंदू मुस्लिमांमध्ये नेहमी वाद होत असत असे असताना हा त्यांच्यासोबत काम करत असे. ओम प्रकाश यांनी सर्व राजकीय आणि धार्मिक बंधने पार केलेली होती. ते करीम दीनला स्वतःच्या भावासारखी व भागीदारासारखीच वागणूक देत. जेव्हा अमृतसरच्या लोकांवर फाळणी लादण्यात आली तेव्हा करीम दीनने त्याचे सारे सामान बांधले आणि पाकिस्तानला जाण्यासाठी तो तयार झाला. तो ओम प्रकाश यांना म्हणाला, ''तुम्ही जे प्रेम आणि माया मला दिली आहेत त्याच्या मोबदल्यात मी तुम्हाला काहीही देऊ शकलो नाही. परंतु आता विभक्त होत असताना मात्र मी तुम्हाला माझ्या कंपनीचे नाव देऊन जात आहे, 'हिरो' ते तुम्हाला अधिक शोभेल.'' ओम प्रकाश हे सद्‌गदित झाले आणि नम्रपणाने त्यांनी ही भेट स्वीकारली.

सत्यानंद हे सदानंद यांच्याबरोबर दिल्लीमध्ये गेले तर ब्रिज मोहन लाल हे मुंबईमध्ये व्यवसायाच्या नव्या संधींच्या शोधात गेले. दयानंद आणि ओम प्रकाश हे आग्र्याला आले आणि त्यांनी पुन्हा एका छोट्याशा जागेतून सुरुवात केली. परंतु काही महिन्यांच्या अथक कष्टांनंतर आणि कमी प्राप्तीनंतर मात्र त्यांना असे लक्षात आले की, आपण इकडे येणे हा एक

चुकीचा निर्णय होता. त्यामुळे त्यांनी तिथून लुधियाना या गजबजलेल्या शहरात जाण्याचा निर्धार केला. हे शहर सायकलींच्या व्यापारासाठी प्रसिद्ध होते.

दयानंद यांनी ब्रिजमोहन लाल आणि सत्यानंदला या व्यवसायात सहभागी होण्यासाठी संपर्क साधला आणि ते लगेच तयार झाले. दिल्लीहून हे सारे भाऊ लुधियानाला गेले आणि त्या चारही भावांनी मिळून कंपनी स्थापन केली व तिचे नाव ठरले मुंजाल ब्रदर्स.

या भावांनी सांघिक कामाचा एक आदर्शच उभा केला. प्रत्येकाला त्याच्या कामाची जबाबदारी नेमकी माहित होती आणि त्यांच्या व्यवसायातून विश्वास निर्माण करण्याचे ध्येय होते. ओम प्रकाश यांच्याकडे विक्रीची धुरा होती. सत्यानंद हे दैनंदिन कामकाज पाहत होते. दयानंद हे प्रशासकीय आणि आर्थिक बाबी सांभाळत होते तर ब्रिज मोहन लाल हे व्यवसायाचा विस्तार करण्यासाठी प्रयत्न करत होते. प्रत्येकाच्या क्षमतेवर विश्वास हे एकमेव पाठबळ त्या सर्वांकडे होते.

हा व्यवसाय काही महिने स्थिर झाल्यानंतर देशाच्या विविध भागांमध्ये हा व्यवसाय विस्तारावा असा प्रस्ताव ब्रिजमोहन लाल यांनी दिला. तोपर्यंत ओम प्रकाश यांनी विक्रीमध्ये चांगला जम बसवला होता. लुधियानाच्या बाहेर जावूनही सायकलींचे भाग विकण्याचे काम त्यांना देण्यात आले होते. एका कापडाच्या व्यापार्‍याने त्यांना सांगितले की राजस्थान ही एक श्रीमंत बाजारपेठ आहे. त्यामुळे त्यांनी त्यांचे सामान बांधले आणि पुढची ट्रेन पकडून तिथे पोहोचले. जेव्हा प्रत्यक्ष प्रयत्न केले तेव्हा लक्षात आले की, सद्यस्थितीत तिथे प्रस्थापित असणाऱ्या कंपन्यांमुळे लोक यांच्याकडून काही घेण्यासाठी फारसे उत्सुक नव्हते. तिथे असणाऱ्या प्रस्थापित कंपन्यांमध्ये सर्वात नवीन कंपनी ही १९ वर्षांपूर्वी स्थापन झालेली होती. त्यामुळे तिथे काही त्यांचे उत्साहात स्वागत झाले नाही.

दहा दिवस गेले तरी ओम प्रकाश यांना साधी एक ऑर्डरसुद्धा मिळवता आलेली नव्हती. त्यांना हेही लक्षात आले की, ज्याप्रमाणे कापडासाठी राजस्थानच्या बाजारपेठेची ओळख आहे तशीच सायकलींच्या सुट्या भागांसाठी असण्याची शक्यता कमी आहे. हा अनुभव त्यांना खूप काही शिकवून गेला. दुसऱ्या मार्गावरून चालणाऱ्या कुणाचेही आपण अंधपणाने अनुकरण करू शकत नाही. एखाद्या व्यवसायासाठी चांगली असणारी

बाजारपेठ दुसऱ्या व्यवसायासाठी असेलच असे नाही.

एकीकडे हा अनुभव येत असतानाच त्यांचे भाऊ सत्यानंद यांचे पत्र आले. ''या व्यवसायात तुझा काहीही उपयोग होत नाही असे दिसते. तू परत आलेलेच बरे.'' त्यांच्या भावाची निराशा झाल्याचे पाहून ओम प्रकाश खूपच अस्वस्थ झाले. त्यांना भावाची मान खाली गेलेली पाहायची नव्हती.

त्या सुरुवातीच्या काळात अनेक आव्हाने, अडचणी, अपयश यांचा सामना त्यांना करावा लागला. इतकेच काय, अनेकदा अवमानही सहन करावा लागला. परंतु ओम प्रकाश यांच्यापुढे आदर्श होता तो स्वातंत्र्यसैनिकांचा. जे कुठल्याही परिस्थितीपुढे झुकणारे नव्हते. वेळ पडली तर स्वतःचा जीव देतील परंतु जिद्द सोडणार नाहीत. स्वतःपेक्षाही त्यांच्या ध्येयाला मोठे मानून काम करत राहतील. मुंजाल यांच्या कामातील दृढनिश्चयामागील खरी प्रेरणाशक्ती हीच होती. त्यामुळे ते स्थिर राहिले.

जेव्हा बाजारपेठेतून पूर्ण नकारात्मक असा प्रतिसाद होता तेव्हा ओम प्रकाश यांनी त्यांची सूटकेस भरली; परंतु ते परत घरी गेले नाहीत. तिथून ते कानपूर शहरात गेले. शहरात स्टेशनवर पोहोचताच त्यांनी बाजारपेठेचा शोध घेतला आणि डोक्यावर सूटकेस घेऊन ते बाजारपेठेत गेले. ज्या पहिल्याच ठिकाणी गेले तिथे त्यांना ऑर्डर काही मिळाली नाही. आपली सुटकेस तिथे ठेवता येईल का अशी त्यांनी विचारणा केली. दिवसभरात आणखी काही दुकानदारांना भेटून येण्याचा त्यांचा विचार होता. त्याप्रमाणे सुटकेस तिथे ठेवून ते गेले. संध्याकाळी ओम प्रकाश जेव्हा परत आले तेव्हा दुकानाचा मालक दुकान बंद करत होता आणि शटर खाली ओढत होता. त्यांनी शटर पुन्हा उघडण्याची व ज्यात त्यांच्या सगळ्या वस्तू होत्या, ती सूटकेस परत द्यावी अशी विनंती केली. परंतु त्या दुकानदाराने साफ नकार दिला आणि त्यांना सकाळी परत यायला सांगितले. संपूर्णतः अनोळखी अशा शहरामध्ये त्यांची सूटकेस दुकानात अडकली होती आणि त्यांच्या भावाची निराशा अजूनही डोक्यात फिरत होती. पण ओ. पी. मुंजाल यांनी त्यांची धडाडी अजिबात सुटू दिली नाही. त्यांनी त्यांच्या उद्दिष्टांवरचे लक्ष हालू दिले नाही. कोणतीही तक्रार नसलेल्या सेल्स ऑर्डर्स त्यांना घरी जाताना घेऊन जायच्या होत्या. जेव्हा अपेक्षा तयार असतात, त्यासाठी सर्व तयारी झालेली असते तेव्हा प्रत्यक्ष कृतीची वेळ असते. कर्मचारी, बॉस किंवा बिझनेस सहकारी यांना तुम्हाला येणाऱ्या अडचणींची पर्वा नसते.

तुम्हाला जर एखादी माऊंटन बाईक हवी असेल तर ती बनवताना उत्पादकाला किती आव्हानांचा सामना करावा लागणार आहे याच्याशी तुम्हाला काहीही घेणे देणे नसते. जर उत्पादकाने त्याला येणाऱ्या रोजच्या अडचणींचा पाढा तुमच्यासमोर वाचायला सुरुवात केली तर? ओम प्रकाश यांना या सत्याची पूर्णपणे जाणीव होती. त्यांचे काम होते ते म्हणजे, सुट्या भागांची विक्री करणे आणि त्याची ऑर्डर कंपनीला मिळवून देणे आणि त्याप्रमाणे त्यांनी करुन दाखवले.

दुसऱ्याच दिवशी एका ग्राहकाने ओम प्रकाश यांचा अवमान केला आणि त्यांना दुकानातून हाकलून लावले. संध्याकाळी ओम प्रकाश पुन्हा त्यांच्या दुकानात गेले आणि त्या दुकानदाराचे लक्ष जाईपर्यंत थांबून राहिले. त्या दुकानदाराने सकाळीच आलेल्या या व्यक्तीला पाहताक्षणी ओळखले. तो म्हणाला, ''तू पुन्हा का आला आहेस? मला काय सांगायचे होते ते स्पष्ट नव्हते का? मी तुझ्याकडून खरेदी करणार नाही.'' तो त्यांच्या अंगावर ओरडला.

''तुम्ही माझ्याकडील उत्पादन पाहिल्यानंतर माझ्याकडून नक्की खरेदी कराल.'' ओम प्रकाश अत्यंत आत्मविश्वासाने म्हणाले. त्याच सायंकाळी ओम प्रकाश जेव्हा गेस्टहाऊसवरील त्यांच्या खोलीवर परतले तेव्हा त्यांच्याकडे सकाळी ओरडलेल्या माणसाकडून मिळालेली एक भली मोठी ऑर्डर होती. पुढील दहा दिवसांत त्यांनी अशा अनेक ऑर्डर एकामागून एक मिळवल्या. दररोज त्यांनी त्यांच्या भावांना टेलिग्रामने ऑर्डर्स पाठवल्या.

त्यांचे भाऊ आनंदीत झाले होते. त्यांच्यावर सोपवलेली जबाबदारी त्यांनी अत्यंत विश्वासाने आणि चांगली पार पाडली होती. त्यांच्या अपेक्षापूर्तीसाठी कोणत्या आव्हानांचा सामना त्यांना करावा लागला याचा त्यांनी साधा उल्लेखही केला नाही. त्या साऱ्या त्यांच्या स्वतःच्या समस्या होत्या. दुसऱ्या कुणाच्याही नाही. त्यांच्यासाठी सर्वात आनंदाचा क्षण तो होता जेव्हा त्यांच्या भावाने त्यांना पत्र पाठवले आणि म्हटले, ''तू म्हणजे या व्यवसायाला गती देणारे इंजिन आहेस. कीप इट इप.'

आजच्या कॉर्पोरेट विश्वामध्ये अनेक एक्झिक्युटीव्हज हे त्यांच्या टीमच्या असंख्य समस्यांमध्येच गुरफटलेले आहेत. अशा समस्या ज्या त्यांनी निर्माण केलेल्या नाहीत. या वादांमुळेच त्यांच्या नोकऱ्या धोक्यात आल्या आहेत. अनेक कंपन्यांमध्ये त्यांचे वरिष्ठ अधिकारी हे त्यांच्या कर्मचाऱ्यांना

नोकरीतून काढून टाकण्यातच व्यस्त आहेत. संस्थेत असणारा गोंधळ हे अपयशाचेच लक्षण. परंतु जेव्हा अपेक्षेनुसार शब्द पाळले जातात आणि जेव्हा आव्हानांची पर्वा न करता दिलेले शब्द पाळले जातात तेव्हाच तिथे नेतृत्वाचा जन्म होत असतो.

विक्री करणे ही वाटते तेवढी सोपी गोष्ट नाही. त्यात अनेकदा अडथळे येतात, अवमान सहन करावे लागतात, आव्हाने उभी ठाकतात आणि दृढनिश्चयाने अनेक वष सातत्यपूर्ण प्रयत्न करूनही उद्दिष्टपूर्ती झाली का पहावे तर काही वर्षांनंतर एकूण व्यवसायाचा डोलारा जिथे असतो तिथेच असतो. १९ वर्षाच्या ओम प्रकाश यांनी दुसऱ्यांवर चुकांचे खापर फोडण्याऐवजी स्वतःला सुधारत नेले आणि विरोध, घाबरवण्याच्या प्रकारांना भीक घातली नाही. पडल्यानंतर पुन्हा उभे राहण्याची त्यांची जिद्द अफाट होती आणि त्यामुळे ते पुन्हा परतायचेच. पुन्हा जिद्दीने प्रयत्न करायचे. जिद्दीने, निर्धाराने खंबीरपणे उभे राहिल्यानंतर विरोधाच्या भिंती आपोआप कोसळून पडायच्या.

एखादा कोणत्या क्षणी निर्धार सोडून देतो? कोणत्या क्षणापर्यंत एखादा निर्धार टिकवून ठेवतो आणि नंतर सोडून देतो? एखादा प्रकल्प हाती घेतल्यानंतर त्याची सुरुवात केल्यानंतर एखादा त्याच्या कृतीमध्ये किती प्रमाणात सातत्य राखू शकतो? जर एखाद्याच्या या मर्यादा असतील तर तो फार काही करू शकणार नाही. जिथे परिस्थितीपुढे शरणागती येऊ शकते अशा एखाद्या रेषेच्या अलीकडे एखादा थकून गेला तर अशी रेष हीच त्याची हार असते.

यशस्वी होईपर्यंत तुम्ही प्रयत्न करा. तुमचा ग्राहक बनू शकेल अशी क्षमता असणारा माणूस ग्राहक बनेपर्यंत तुम्ही तुमचे काम करत राहता. दार जोपर्यंत उघडले जात नाही तोपर्यंत तुम्ही दार वाजवत राहता. जोपर्यंत उत्तर मिळत नाही तोपर्यंत तुम्ही प्रश्न विचारत राहता. श्वासाच्या अखेरच्या क्षणापर्यंत तुम्ही प्रयत्न करत राहता. अशाच काहीशा उर्मीने हिरो काम करत राहतात.

काही आठवडे पाय रोवून उभे राहिल्यानंतर ओम प्रकाश यांनी इतक्या ऑर्डर्स आणल्या की त्या पुऱ्या करताना मुंजाल बंधूंचीच दमछाक सुरू झाली. त्याने खरंच त्यांच्यासाठी एक समस्या निर्माण केली... अधिक ऑर्डर्स आल्या ही ती समस्या. ओम प्रकाश जगाच्या शाळेत इतके चांगले तयार झाले होते की, शाळेत पुन्हा परत जाण्याची गरजच उरली नव्हती. त्यांच्या

भावाच्या अपेक्षांची पूर्तता करण्यासाठी धडपडताना नकळतपणे ते स्वतःपेक्षाही मोठे झाले होते. १९४४ च्या उन्हाळ्यामध्ये त्यांचे मित्र जे काही करत होते त्या मित्रांपेक्षाही नक्कीच ते काहीतरी वेगळ करत होते.

११

आव्हाने पादाक्रांत करण्यासाठीच असतात!

आव्हानांमुळे आयुष्याला एक नवीन रंगत येते. त्यांच्यावर मात केल्याने आयुष्य अधिक अर्थपूर्ण होते.

– जोशुआ जे.मरीन

सायकलीच्या सुट्या भागांचे 'हब' म्हणून प्रस्थापित असलेल्या लुधियानासारख्या शहराच्या नकाशावर स्वतःचे अस्तित्व निर्माण करण्यासाठी खरोखर मोठे धैर्य आणि चिकाटीची गरज होती. एखादा भविष्यावर लक्ष तेव्हाच केंद्रित करू शकतो जेव्हा तो त्याच्या भूतकाळापासून लांब जातो. अमृतसरमध्ये अमानवी क्रूरतेचे जे रुप पाहिले होते, त्या विद्रुप वास्तवातून बाहेर पडून स्वतःचे लक्ष व्यवसायावर केंद्रित करणे खरोखर अवघड गोष्ट होती. मुंजाल बंधूंनी त्यांचे धैर्य आणि उत्साह कधीही हरवू दिला नाही. ते चतुर होते आणि त्यांची बांधिलकी पक्की होती. त्यांनी मनापासून कष्ट केले आणि त्यांचे नाव पुन्हा एकदा प्रस्थापित केले. या वेळी हिरो सायकल्स या नावाने! परंतु पुन्हा एकदा आव्हाने निर्माण होत राहिलीच. यावेळी वेळेत काम पूर्ण करण्याच्या त्यांच्या प्रतिष्ठेलाच धोका निर्माण झाला. जे व्हेंडर्स त्यांना फोर्क्स आणि पाईप हे सायकलींचे आतील पार्टस् देत असत त्यांनी ऑर्डर पूर्ण करताना उशीरा देण्यास सुरुवात केली. त्यामुळे त्यांचा आयर्न सप्लायर माल उशीरा देऊ लागला. मुंजाल यांनी जेव्हा विविध भागांशी संबंधित सर्व उत्पादकांची यंत्रणा तपासून पाहिली तेव्हा त्यांच्या लक्षात आले की दिलेला शब्द पाळण्यासाठी आवश्यक असणारी एकात्मिक क्षमताच हरवलेली होती.

तेव्हा ओम प्रकाश यांनी त्यांच्या बाह्या सरसावल्या आणि अगदी तळातून

ही समस्या सुधारण्यासाठी ते सरसावले. लोखंडासह पुरवठा करेल असा एकजण त्यांनी शोधला. नंतर ब्रिजमोहन लाल यांच्याकडून तांत्रिक बाबी जाणून घेऊन त्यांनी त्यांच्या कंपनीमध्येच फोर्क्स आणि पाईप्स बनवण्याची यंत्रणा विकसित केली. हा एक भन्नाट उपाय ठरला. त्यामुळे हिरो सायकल्स पुन्हा एकदा दमदार पुनरागमन करून सिद्ध झाली आणि सेवेच्या बाबतीत त्यांची असलेली प्रतिष्ठा त्यांनी जपली. आता त्यांच्या स्वतःच्या उत्पादन यंत्रणेच्या माध्यमातून त्यांना हिरो सायकल्ससाठी विविध ऑर्डर्स मोठ्या संख्येने येऊ लागल्या.

पण इतकंच पुरेसं नव्हतं. आणखी एक वादळ डोक्यावर येऊन उभं राहिलं. त्यातून त्यांना मोठा धक्का बसला. मोठ्या प्रमाणावर वेगाने उत्पादन सुरू केल्यामुळे फोर्क्स वाकडे होऊ लागले आणि पाईप्स फोर्क्सपासून वेगळे होऊन तुटू लागले. जेव्हा ग्राहकांकडून सर्वच्या सर्व ऑर्डर्स परत येऊ लागल्या तेव्हा मुंजाल बंधूंनी त्यांनी पुरवलेला सारा माल परत मागवला आणि ग्राहकांचे पैसे परत केले... एकही प्रश्न न विचारता. व्यवसायाला मात्र हा मोठा धक्का होता. व्यवसायात मोठ्या वेगाने नुकसान होत होते.

एखाद्याने अशा परिस्थितीत काय केले असते? एखाद्याचा व्यवसाय जेव्हा वेगाने खाली कोसळत असेल तेव्हा काय करेल? एखाद्याने विकलेला सारा माल तितक्याच वेगाने परत आला तर अशावेळी त्याने काय केले असते? बहुतांश लोकांनी अशा परिस्थितीत पुढील नुकसान टाळण्यासाठी व्यवसाय गुंडाळून ठेवणेच पसंत केले असते. जवळपास ८० टक्के व्यवसाय अशा परिस्थितीत पहिल्या वर्षभरातच बंद पडलेले असतात.

अनेक लोक व्यवसायाचा विस्तार केवळ या एका भीतीपोटी करत नाहीत. अकल्पित अपयशाची भीती हे एकच कारण त्यामागे असते. त्यामुळे अनेक लोक आहेत तिथेच थांबतात. त्यांचे पंख उघडण्याचे ते कधी धाडसच करत नाहीत व उडण्याचा प्रयत्नही करत नाहीत. क्षमता असूनही त्या वापरण्याचे धाडस नसल्याने ते पुढे सरसावत नाहीत. त्यामुळेच आपल्याकडे अतिशय बुद्धिमान व क्षमता असणारे लोक आढळतात परंतु हरण्याच्या भीतीने ते पुढे जाण्याचे धाडसच करायला धजावत नाहीत.

मुंजाल बंधुंनी मात्र धोका स्वीकारला. त्यांनी पंख विस्तारले आणि सायकलचे भाग स्वतः तयार करण्याचे धाडस केले परंतु त्यांना अपयश आले. जरी ते त्यांच्या ध्येयात अपयशी झाले तरीही त्यांनी ग्राहकांच्या

स्तरावर अपयश येऊ दिले नाही. त्यांची व्यवसायाशी असणारी एकरुपता खरोखर कौतुकास्पद अशीच होती.

ओ. पी. मुंजाल नेहमी म्हणतात, ''अपयश हे यशाच्या दिशेनेच जाणारी एक पायरी असते. अपयश हा कधीही शेवट असू शकत नाही. अपयश ही सुधारणेची एक संधी असते आणि त्याद्वारे भविष्याच्या दृष्टीने एक चांगली दृष्टी विकसीत होत जाते. एक अशी दृष्टी, एक असे स्वप्न जे यापूर्वी कुणीही पाहिलेले नसते. अपयश, अडथळे आणि आव्हाने यातून खूप काही शिकायला मिळते आणि त्याद्वारे अधिक आत्मविश्वासाने वाटचाल करता येते. अपयश आणि सेटबॅक्स हे आपल्याला हरवण्यासाठी नाही तर उलट आपल्याला मदत करण्यासाठी आलेले असतात त्याद्वारे आपल्या मार्गांवर अनेक गोष्टी आपल्याला शिकता येतात. परंतु अनेकजण स्वप्न पाहतात व ते प्रत्यक्षात साकारताना मात्र अपयश आले तर ते पचवू शकत नाहीत. परंतु ज्या माणसांमध्ये दम असतो ती आव्हानांना थेट भिडतात आणि तशी सोपी नसणारी परिस्थिती वळवून मनाजोगे घडवून आणतात.

कंपनी वेगाने नुकसान सहन करत असताना व्हेंडर्सना पैसे देण्यास उशीर होणे ही स्वाभाविक गोष्ट असते. कंपनी चालवताना कंपनीची घसरणारी स्थिती लक्षात घेऊन तेथील कर्मचाऱ्यांनाही पैसे देताना उशीर होणे स्वाभाविक असते. व्यवसायामध्ये इथेच नेमका ताण येत असतो. याच एका कारणामुळे अकस्मिक हृदयविकाराचे झटके येण्याचे प्रकार होतात तसेच लोकांच्या चेहऱ्यांवर आणि मनांवर वाढलेली वर्षे दिसू लागतात.

पण व्यवसायात त्यांना येणाऱ्या समस्या तुमच्यावर न थोपवणाऱ्या लोकांसोबत काम करायला कुणाला आनंद येणार नाही?

सप्लायर्स, डिलर्स, बॉसेस आणि सहकारी यांच्यासमवेत काम करताना त्यांच्या नुकसानीसाठी तुम्हाला जबाबदार न धरता मनापासून त्रुटी मान्य करून जबाबदारी स्वीकारणाऱ्या लोकांविषयी आदर वाटल्याशिवाय कसा राहील?

हिरो सायकल्सच्या ग्राहकांची मनापासून काळजी घेतली जाते. त्यांना जबाबदारीने वागवले जाते. मुंजाल बंधूंविषयी त्यातूनच तर विश्वास निर्माण झाला आहे. परिस्थिती अत्यंत विपरित झाली तरीही ते ग्राहकांची काळजी घेण्यात कोणतीही कसूर करत नाहीत.

मुंजाल बंधूंना समाजात आज जी काही प्रतिष्ठा प्राप्त झालेली आहे त्याचे

कारण म्हणजे, बहुतांश लोकांची अशी भावना आहे, की त्यांच्या हातामध्ये तुमची स्वप्ने, तुमचे पैसे, तुमचा व्यवसाय आणि तुमचे संपूर्ण आयुष्य निश्चितपणे सुरक्षित राहील. ते तुम्हाला कधीही मान खाली घालायला लावणार नाहीत. त्यासाठी त्यांना कितीही टोकाच्या परिस्थितीला सामोरे जावे लागले तरीही...

१२
आयुष्य तुम्हाला खाली ढकलतंय... उभे रहा!

माणसाला अनेकदा अपयश येऊ शकते. परंतु जोपर्यंत त्याच्या अपयशाचे खापर तो दुसऱ्याच्या माथी फोडत नाही तोपर्यंत तो अपयशी ठरत नसतो.
– जॉन ब्युरोह

इतक्या मोठ्या प्रमाणावर झालेले नुकसान कोणत्याही व्यावसायिकांना पार हलवून टाकते हे खरेच. त्यांचा आत्मविश्वास हरवू शकतो व ते एकाकी पडतात. ओम प्रकाश यांनी मात्र त्यातील चुका सुधारण्याचा निश्चय केला. त्यांनी पुन्हा नव्याने उभारणी करण्याचे ठरवले. आपल्या चुकांपासून शिकून पुढच्या वेळी अधिक चांगले काम करायचे त्यांनी मनाशी पक्के केले. आता प्रश्न एकच होता तो म्हणजे, सायकलींचे फोर्क आणि पाईप अधिक चांगल्या गुणवत्तेचे आणि टिकाऊ पद्धतीने कसे बनवता येतील ?

तंत्रज्ञानाचे कोणतेही औपचारिक शिक्षण नसताना केवळ त्या उत्पादनाविषयी एक सामान्य ज्ञान आणि तर्क यांच्याद्वारे सुधारणा घडवून आणायची होती. मुंजाल बंधूंनी एक असा माणूस शोधला ज्याचे स्वतःचे असे उत्पादनाचे युनिट होते. हा माणूस खास त्यांच्यासाठी असे भाग तयार करून देऊ शकत होता. यामुळे त्यांची किंमत वाढणार होती परंतु त्यांना अपेक्षित असणारी गुणवत्ता मिळणार होती.

अजून तसे नुकसानातून सावरलेले नव्हते तरीही त्यांनी पुन्हा उभे राहण्यासाठी कुटुंबाकडून आणि मित्रांकडून कर्ज उचलले. नवीन आणि चांगल्या गुणवत्तेची विकसित केलेली उत्पादने घेऊन ते पुन्हा एकदा बाजारपेठेत सज्ज झाले. त्यांच्या व्यावसायिक सहकाऱ्यांना कोणत्याही नुकसानाचा फटका बसू न देण्याची काळजी घेतल्याने ओम प्रकाश जेव्हा

पुन्हा त्यांच्याकडे नवे भाग घेऊन गेले तेव्हा त्यांनी त्याचा स्वीकार केला.
विपरित परिस्थितीमध्ये एखादा ती परिस्थिती हाताळून त्यातून पुन्हा कसा उभा राहतो हेच पाहण्यासारखे असते. अनेकदा काही माणसे जेव्हा स्वतः अडचणीत येतात तेव्हा ते इतरांनाही खड्ड्यात ओढायच्या प्रयत्नांत असतात. अगदी टायटॅनिकसारखे जहाज जेव्हा १५०० लोकांना घेऊन जात होते. ते समुद्रात बुडत असताना लोकांना काही व्यावसायिक आणि तशाच काही लोकांकडून हा अनुभव आला होता. हे लोक स्वतः खाली जात असताना इतरांनाही ओढून नेण्याचा प्रयत्न करत होते. विपरित परिस्थितीतले त्यांचे तत्त्वज्ञान असते, ते म्हणजे, 'जर मी पराभूत झालो तर मी तुम्हालाही करेन.' ही अशा पद्धतीची मानसिकता म्हणजे अपयशाच्या दिशेने जाणारा एकेरी मार्ग असतो आणि त्या मार्गावर यशाकडे वळण्यासाठी यु-टर्न नसतोच. परंतु जेव्हा विपरीत परिस्थितीत, तुमच्यावर आलेल्या आपत्तीमध्ये तुम्ही इतरांना वाचवण्याचा प्रयत्न करता तेव्हा तुम्ही पुन्हा प्रवेश करण्यासाठी अनेक दरवाजे खुले ठेवता. यशामध्ये विश्वासाचे योगदान फार मोठे असते. जर लोकांमध्ये हा विश्वास निर्माण होऊ शकला की तुम्ही त्यांना कोणतेही नुकसान होऊ देणार नाही, तुमच्या चुकांपासून तुम्ही त्यांना सुरक्षित ठेवाल तर अशी माणसे तुम्ही जरी अपयशी ठरलात तरी कितीही वेळा तुम्हाला मदत करण्यासाठी तयार होतात.
अतुलनीय असे सांघिक कार्य, स्थितप्रज्ञ एकात्मता आणि भक्कम अशी कार्यनैतिकता यांच्या बळावर मुंजाल बंधू परिस्थितीवर मात करून पुन्हा एकदा यशाच्या मार्गावर आले.

१३
शोध नव्या क्षितीजांचा...

सातत्यपूर्ण प्रगती आणि विकास साधत राहिल्याखेरीज सुधारणा, सफलता आणि यश या शब्दांना काहीही अर्थ उरत नाही.

– बेंजामिन फ्रँकलिन

कंपनीचे क्षितीज अधिक विस्तारण्यासाठी ओम प्रकाश यांना कलकत्त्याला जायचे होते. पूर्वेकडून फारसा व्यवसाय नसल्याने त्यांचे भाऊ मात्र त्याविषयी फारसे उत्सुक दिसून येत नव्हते. परंतु ओ. पी. त्यांना म्हणाले, ''माझ्यावर विश्वास ठेवा.'' त्या शब्दांनी चर्चा थांबली. कलकत्त्याचे तिकीट काढून ते निघाले. अवघ्या दोन आठवड्यांमध्ये हिरो सायकल्सच्या आजवरच्या वाटचालीतील सर्वात मोठी ऑर्डर घेऊन ते परत आले!

स्वतःच्या कामाविषयी इतकी दृढ निष्ठा कुठून येत असावी? इतका आत्मविश्वास कुठून येत असावा? इतरांना ज्या बाजारपेठेत क्षमता दिसून येत नाही अशा ठिकाणी जाऊन यश मिळवण्याचे धाडस त्यांच्यात कुठून आले असावे?

कलकत्त्यामध्ये झालेल्या एका परिषदेत ओम प्रकाश म्हणाले, ''मलासुद्धा त्या बाजारपेठेकडून फारशी अपेक्षा नव्हती. परंतु मी माझ्या भावांना शब्द दिला आहे याची मला जाणीव होती. त्यासाठी मी प्रसंगी स्वर्गातही जाऊन तिथून ऑर्डर घेऊन आलो असतो परंतु माझ्या भावांची मान खाली जाऊ दिली नसती. त्यामुळे मी स्वतःलाच तपासून पाहण्यासाठी कलकत्ताची निवड केली. प्रतिकूल परिस्थितीत मी नक्की स्थिर उभा राहू शकतो की हलतो हे पाहण्याची ती परीक्षा होती आणि मी यशस्वी झालो. मी करून दाखवले.''

आयुष्याने त्यांच्यापुढे आव्हान निर्माण करेपर्यंत थांबणाऱ्यांतले ओ. पी. मुंजाल नव्हते. ते केवळ आव्हानांना भिडायचे नाहीत तर त्यावर मात देऊन पुढे जायचे. त्यांचा विश्वास आणि झपाटलेपण तपासून पाहत असताना त्यांनी प्रगतीची भरभक्कम अशी पायाभरणी करून ठेवली.

१४
संधी असतेच स्वीकारण्यासाठी...

आयुष्यात अद्वितीय अशा संधींची वाट पाहू नका. साध्या साध्या प्रसंगानाच संधी माना आणि त्यांना महान बनवा. दुर्बल माणसे संधीची वाट पाहत राहतात, महान माणसे ती तयार करतात.

– ओरीसन स्वेट मार्डन

जेव्हा जेव्हा संधी दिसायची तेव्हा ओम प्रकाश आणि त्यांची बंधू ती लगेच पकडत असत. सायकलींच्या सुट्या भागांच्या विक्रीपासून स्वतः त्या भागांचे उत्पादन करून विक्री हे मुळातच एक मोठे पाऊल होते. परंतु १९५२ मध्ये अशी एक संधी आली ज्यामुळे हिरो सायकल्स आणि त्याच्या मालकांचे भवितव्यच बदलून गेले.

त्या वर्षी ब्रिज मोहन लाल यांची पंजाबचे तत्कालीन मुख्यमंत्री प्रताप सिंग कैरो यांची भेट झाली. मुंजाल बंधूंविषयी ते यापूर्वीही खूप काही चांगले ऐकून होते. त्या भेटीदरम्यान, ब्रिज मोहन लाल यांना त्यांनी असे काही सुचवले की, त्यामुळे त्यांच्यातील क्षमतांचा विकास होऊन वेगळेच काहीतरी साकारणार होते.

''तुम्ही सायकलींच्या सुट्या भागाच्या क्षेत्रात काम करतच आहात. मग तुम्ही सायकलीच का तयार करत नाही? तुम्ही सायकली बनवा मी तुम्हाला स्मॉल स्केल इंपोर्ट लायसन्स मिळवून देतो.''

ब्रिज मोहन लाल हे तांत्रिकदृष्ट्या सक्षम होते. त्यांना आपल्या कंपनीचे सामर्थ्य जाणून घेण्यासाठी अवघा एक क्षण पुरला. त्यांनी लार्ज स्केल इंडस्ट्रीसाठी लायसन्स द्यावे अशी मागणी केली. त्यामुळे त्यांना वर्षाला

७५०० सायकली तयार करण्याची परवानगी मिळणार होती. (त्या काळी, सायकलींचे काही भाग हे भारतात तयार होत नसत आणि ते इंग्लंडवरून आयात करावे लागत. त्यामुळे कोणत्याही सायकल उत्पादकासाठी असे इम्पोर्ट लायसन असणे महत्त्वाचे होते.) त्यामुळे स्मॉल स्केल हा त्यांच्यादृष्टीने फारच छोटा खेळ होता.

त्यावेळचे सायकल उत्पादनातील बडे मोहरे म्हणजे रालेह आणि हर्क्युलस हे होते. या व्यवसायामध्ये त्यांचे वर्चस्व होते. आणि मोठ्या स्तरावर जायचे तर त्यांच्याशी स्पर्धा केल्याखेरीज पर्याय नव्हता.

ब्रिज मोहन लाल यांनी दाखवलेल्या आत्मविश्वासाने मुख्यमंत्री कैरो हे देखील अवाक झाले. त्यांनी एका तरुण मुलाला फक्त चांगली कल्पना दिली होती आणि स्मॉल स्केलचा परवाना देऊ केला होता. त्याने मात्र ती संधी अचूकतेने हेरलीच परंतु त्याने त्याच्याही पुढे जाऊन विचारणा केली. कैरो यांनी त्याच क्षणी लार्ज स्केल लायसन्स मान्य करून टाकले.

१५
शिस्त हेच स्वप्नाळू माणसाचे शस्त्र

उद्दिष्ट आणि प्रयत्न यांच्यामधील पूल म्हणजे शिस्त
-जीम रॉन

ओम प्रकाश यांच्या शिस्तबद्ध आयुष्याची बरोबरी करू शकेल असा हिरो सायकल्समध्ये कुणीही नव्हता. ते प्रत्येक सेकंदाच्या बाबतीत जागरुक असायचे. ते त्यांच्या फॅक्टरीमध्ये दररोज बरोबर १० वाजता पोचायचेच. तुम्ही त्यांना उशीरा आणूच शकत नाही. तुम्ही त्यांना थांबवून ठेवू शकत नाही. तुम्ही त्यांचा वेळ वाया घालवू शकत नाही. त्यांच्याकडून हे वाक्य नेहमी ऐकायला मिळते, ''वक्त बरबाद करने वालो को वक्त बरबाद करके छोडेगा.''

ओम प्रकाश हे व्यक्तिगत आणि व्यावसायिक स्तरावर वेळेच्या बाबतीत अत्यंत काटेकोर आहेत. ते इतरांसाठी लवचीक असतात व इतरांना सूट द्यायला तयार असतात परंतु जेव्हा स्वतःच्या शिस्तीची गोष्ट येते तेव्हा ते त्याच्याशी अजिबात तडजोड करत नाहीत. जर त्यांनी तुमच्याबरोबर सकाळी ११ वाजता बैठकीची वेळ निश्चित केलेली असेल आणि १२ पर्यंत भेटण्याची वेळ दिली असेल तर ते त्या ठिकाणी ठिक १०.५५ ला येतील आणि बरोबर १२ वाजता निघून जातील. त्या काळात त्यांचे काम बैठक संपण्यापूर्वी नियोजित वेळेत पूर्ण होईल याची काळजी घेतील.

अनेकदा सायंकाळी ते ऑफिसमध्ये एक फेरफटका मारतात आणि प्रत्येकजण त्यांच्या नियोजित वेळेनुसार काम करून वेळेत बाहेर पडतील याची ते काळजी घेतात. त्यांच्या तत्त्वज्ञानानुसार, जर तुम्ही तुम्हाला दिलेल्या नियोजित वेळेत काम पूर्ण करू शकत नसाल तर तुम्ही कार्यक्षम

कर्मचारीच नाही.

ओ. पी. मुंजाल हे कधीही कुणासाठी थांबून राहत नाही. जर तुम्ही नियोजित वेळ पाळू शकला नाहीत तर ते एकतर निघून जातील किंवा तुमच्याविना काम सुरू करतील. 'उशीरा येण्याचा एकामागोमाग परिणाम होत राहतो. जर मी एखाद्याला पाच मिनिटे उशीरा येण्याची परवानगी दिली तर माझ्या वेळापत्रकावर त्याचा परिणाम होतो आणि त्याचा परिणाम वाढत जाऊन माझ्या दिवसभरातील नियोजनात काही तासांचा उशीर झालेला असतो.' असे ते आपल्या बैठकांमध्ये कर्मचाऱ्यांना नेहमी सांगतात.

ते दररोज योगसाधना करतात. योगशिक्षक त्यांच्या घरी येण्यापूर्वी ते चटई अंथरून ठेवतात. टेबल मांडून पाण्याचे ग्लास व लागणारे सारे काही मांडून ठेवतात. जर शिक्षकांनाच यायला उशीर झाला तर नियोजित वेळेनुसार ते योगासने करायला सुरुवात करतात. ओ. पी. मुंजाल यांची ही शिस्त खरोखर वाखाणण्याजोगी आहे. हिरो सायकल्समधील सारेजण या बाबतीत त्यांचे अनुकरण करण्याचा प्रयत्न करतात. संपूर्ण उद्योगसंस्था ही घड्याळ्याच्या काट्यावर काम करते आणि कमीत कमी उशीर करण्याचा त्यांचा प्रयास असतो.

ओम प्रकाश हे ठरलेल्या वेळी ठरलेलेच खातात. त्यामुळे त्यांच्या स्थिर अशा दिनक्रमामुळे त्यांचे आरोग्यही उत्तम राहिलेले आहे. 'तुमच्या सवयी कशा आहेत यावर तुमच्या शरीराची कार्यवाहकता अवलंबून असते. अन्नपदार्थांमधील टोकाचे वैविध्य आणि खाण्यापिण्याच्या विचित्र बदलत्या वेळा यामुळे तुमच्या शारीरिक यंत्रणेवर एक ताण येत असतो. मला माझ्या शरीराने साथ देणे आवश्यक आहे. मला जोपर्यंत काम करणे गरजेचे आहे तोपर्यंत शरीराने थकून जाणे योग्य नाही. त्यामुळेच मी शरीराची तितक्याच आत्मियतेने काळजी घेतो जितकी माझ्या यंत्रांची!' असे ते सांगतात.

जेव्हा डॉक्टर त्यांना आरोग्यासाठी काही सूचना करतात तेव्हा ते त्यांचे डॉक्टरांच्या सल्ल्याबरहुकूम त्याचे अनुकरण करतात. त्यामुळे ते अपेक्षेपेक्षा लवकर बरे होतात आणि डॉक्टरांनाही समाधान मिळते. एकदा फॅक्टरीमध्ये एका डिलर सोबत असताना त्याला लाडू देताना मात्र ओम प्रकाश यांनी प्लेट मागे घेतली. त्या डिलरला उच्च रक्तदाबाचा त्रास आहे हे त्याला ठाऊक होते. कंपनीचे इन-हाऊस डॉक्टर बावा यांच्याकडे त्याला पाठवले व त्याच्या साखरेची पातळी तपासण्यास सांगितले. जेव्हा

डॉक्टरांनी सांगितले, की अर्धा–एक लाडू खायला हरकत नाही तेव्हाच ओम प्रकाश यांनी त्याला लाडू दिला.

'केवळ योग्य काय आहे हे नुसते माहीत असणे पुरेसे नसते. जे माहीत झाले आहे त्यावर कृती करणे आवश्यक असते आणि जे योग्य आहे तेच करायचे असते. तुमचे आयुष्य आणि त्याच्या सभोवतालचे हे जग तुमच्यावर अनेक प्रकारची आव्हाने थोपवत असते. तुम्ही नक्की कोण आहात याचीच ती एक परीक्षा असते. मग असे असताना आपण स्वतःचेच शत्रू बनून हे युद्ध हरण्यासाठी का निमित्त ठरावे ? जर स्वतःच्याच पातळीवर तुम्ही हरलात तर मोठ्या खेळामध्ये यशस्वी होणे तुम्हाला लवकर साध्य होत नाही.

मुंजाल परिवारातील मुले ही ओम प्रकाश यांच्या हाताखाली प्रशिक्षित होण्याची आणि त्यांचे मार्गदर्शन मिळण्याची इच्छा बाळगून येतात. त्यांच्या हाताखाली तयार झालेला मुलगा हा एक अद्वितीय लीडर बनतो आणि त्याच्या व्यवसायात यशस्वी होतो हे वेगळे सांगायला नकोच! छोटे बाऊजी यांच्या हाताखाली प्रशिक्षण मिळण्याची संधी म्हणजे जणू एखादा बूट कँप असतो, जिथे शिस्त आणि मनापासून काम करण्याची वृत्ती व्यक्तिमत्त्वात भिनवली जाते त्याद्वारे यशाची पायाभरणी आपोआपच होत असते. त्यामुळे सारेच नातेवाईक थेट त्यांच्या हाताखाली काम करण्यास कायम इच्छुक असतात.

'एखाद्याला त्यांच्यासोबत एखादा दिवस जरी काम करण्याची संधी मिळाली तरी त्याला पुढच्या महिन्याभरासाठी ऊर्जा मिळते. जर तुम्ही तिथे काम करत नसाल आणि तुम्ही केवळ त्यांना नुसते पाहत असाल तरी त्यांचा कंपनीतील वावर, त्यांचा जागेचा वापर, बोलताना त्यांना ऐकणे आणि त्यांना काम करताना पाहणे हे सुद्धा खूप प्रेरणादायी असते.' असे त्यांचा जावई प्रवीण मल्होत्रा सांगतो.

१६
हाऊस नं. २६ अन् तेथील दोन वॉशबेसिन्स!

तुम्ही एखाद्यावर विश्वास ठेऊ शकता का हे शोधायचं असेल तर आधी
तुम्ही विश्वासाला पात्र व्हा.

-अर्नेस्ट हेमिंग्वे

ओम प्रकाश आणि त्यांचे बंधू ब्रिज मोहनलाल यांची जोडी अचूक जमली.
१९४८ ला लुधियानाला रहायला आल्यापासून हे दोघेही भाऊ त्यांच्या
परिवारासोबत घर क्रमांक २६ मध्ये राहत होते. शासनाने हे घर मुंजाल
यांना राहण्यासाठी दिले होते आणि आता हे घर तब्बल ७० वर्षे जुने आहे.
या घरामध्ये ब्रिज मोहन यांच्या समवेत त्यांनी सारे काही शेअर केले. ओम
प्रकाश उजव्या बाजूला राहायचे आणि ब्रिज मोहनलाल डाव्या बाजूला.
वऱ्हांड्याच्या दुसऱ्या बाजूला दोन वॉश बेसिन्स केलेली होती. हिरो
साम्राज्य उभारताना त्यांचे महत्त्व फार वेगळे होते. इतर दोन भाऊ दयानंद
आणि सत्यानंद हे देखील व्यावसायिक भागीदार होते परंतु ते एक ब्लॉक
सोडून राहत होते.

दररोज सकाळी ओपी आणि ब्रिज मोहन हे त्या दोन बेसिनजवळ नेमके
एकाच वेळी येत असत. दाढी करत असताना ते व्यावसायिक गोष्टींची चर्चा
करत असत. मोठा भाऊ या नात्याने ब्रिज मोहन त्यांच्या छोट्या भावाला
व्यवसाय विस्ताराच्या नव्या कल्पना आणि नव्या उत्पादन तंत्रज्ञानाविषयी
माहिती देत असत. ओमप्रकाश त्यांच्या वितरण आणि विक्रीविषयी सांगत
असत. या दोन वॉशबेसिनसमोर दाढी करता करताना भविष्यातील विविध
निर्णय आणि धोरणे तिथेच ठरत असत. काही वेळा त्यांच्यामध्ये मतभेद
होत, काहीवेळा वादही होत परंतु दाढीचे ब्रश धुताना मनातील सारी

किल्मिषं दूर केली जात आणि ठाम निर्णय घेतले जात आणि चर्चेला तिथे पूर्णविराम मिळत असे.

दुसऱ्या दिवशी सकाळी, पुन्हा एकदा सारे विषय चर्चेला घेण्यासाठी हे दोन भाऊ वॉश बेसिनजवळ जमत. पुन्हा विविध मुद्दे चर्चेला येत. संदर्भ दिले जात आणि विविध नव्या संकल्पना जन्म घेत. त्यांचे परस्परांचे दृष्टिकोन समजत असत. जेव्हा ते पुन्हा दाढी करून त्यांचे ब्रश बाजूला ठेवत तेव्हा त्यांची आणखी एक बैठक पूर्ण झालेली असे. जे ठरवले ते करण्यासाठी ते हात धुवून कामासाठी सज्ज होत असत. एकत्र राहत असल्याने ही त्यांची दररोजची सवय होती. बोर्डरुममध्ये बसून ते अशा विषयांवर चर्चा करत नसत. हे दोघे भाऊ तिथे आधी निर्णय घेत असत त्यानंतर हा विषय उर्वरित संचालक मंडळासमोर चर्चेसाठी ठेवला जात असे.

ओ. पी. मुंजाल सांगतात, ही एक अत्यंत चांगली अशी सवय आहे. दिवसाच्या सुरुवातीलाच तुम्ही जर निर्णय घेतलेले असतील तर काम अतिशय प्रभावी होते. आपण आपला दिवस कधीही साधेपणाने सुरु करू नये आणि मग जसे काम होत जाईल तसे करत बसू नये. आपण आधीच असे निर्णय घ्यावेत ज्यामुळे दिवसाला योग्य असा आकार देता येईल आणि त्याप्रमाणे कामाचे नियोजन करून ते काम पूर्णत्वास नेता येईल. अगदी सामान्य पद्धतीने पाहू काय कसं घडतंय ते असं म्हणत जगण्यापेक्षा आपल्या यशामधील तो एक महत्त्वाचा टप्पा आहे असं मानून चालायला हवं. जेव्हा निर्णय घेतले जातात तेव्हा नियतीही तुम्हाला साथ देते.

त्या वेळच्या दिवसांमधले सर्वात जास्त कशाची आठवण येत राहते, असे विचारले असता ओम प्रकाश म्हणतात, त्यांच्या भावाबरोबर दाढी करताना केलेली ती चर्चा सर्वात जास्त आठवते. आम्ही एकच झपाटलेपण वाटून घेतले होते आणि कामाप्रती आमची बांधिलकीही तितकीच समान होती. आम्ही दोघेही एकमेकांना पूर्णपणे जाणून होतो. त्यामुळे आमची चर्चा ही निर्णयावर येऊन थांबत असे आणि आम्ही जेव्हा त्या व्हरांड्यातून एकमेकांकडे पाहायचो तेव्हा आम्हाला हे माहीत होते की आपल्याला दिलेला शब्द कोणत्याही परिस्थितीत पाळायचाच आहे कारण आपल्याला दुसऱ्या दिवशी सकाळी पुन्हा एकमेकांसमोर यायचे आहे. मला ते दिवस खरोखर खूप जिव्हाळ्याचे वाटतात आणि ते मी माझ्या मनाच्या तिजोरीत कायमचे जपून ठेवलेले आहेत. दिलेला शब्द आणि वचन पूर्ण करण्यासाठी

मी कामावर जायला निघत असे. जेव्हा मी माझ्या संचालक मंडळाच्या आणि माझ्या टीमच्या डोळ्यांत पाहत असे तेव्हा मला खात्री असे की, जे ठरले होते तेच मी त्यांना दिले आहे.

हे खरोखरच फार मोठे गंमतीशीर आहे. हे दोघे भाऊ दाढी करताना जे करायचे त्यासाठी अनेक संस्था बोर्डरुम्समध्ये तासनतास घालवत असतात आणि इतके करूनही त्यांना तिथे अपयश येत असते. वेळ, ऊर्जा आणि पैसा वाया गेलेला असतो. आणि इतके करूनही दाखवण्यासाठी हातात काहीही नसते. हे दोन भाऊ मात्र दररोज दाढी करताना त्या अवघ्या काही मिनिटांमध्ये महत्त्वाच्या विषयांवर चर्चा करून त्यातून तोडगा काढत असत. संपूर्ण हिरो ग्रुप ऑफ कंपनीज ज्या महत्त्वाच्या निर्णयांवर अवलंबून होती ते सारे निर्णय चक्क वॉशबेसिनजवळ होत असत.

कुटुंबातील सर्व सदस्यांमध्ये परस्परांविषयी खूप आदर आहे. प्रत्येक जण जबाबदार आणि चांगला वागणारा आहे. कुटुंब म्हणून आम्ही कुणीही अल्कोहोल किंवा धुम्रपान करत नाही. त्यामुळेच प्रत्येकजण शारीरिकदृष्ट्या व तितकाच मानसिकदृष्ट्या सुदृढ आहे. त्याशिवाय साऱ्या कुटुंबाला आधार आहे तो धार्मिक आणि आध्यात्मिक अशा विचारसरणीचा. घरी दररोज प्रार्थना होते. दररोज पापाजी गीता वाचतात. ते केवळ वाचत नाहीत तर घरातील सर्वांना सकाळी वाचून काय समजले हे देखील सांगतात. ही संस्कारांची गंगोत्री आता चौथ्या पिढीपर्यंत चालत आलेली आहे. आम्ही अधूनमधून कौटुंबिक स्तरावर एकत्र येतो तिथे सारजण एकमेकांना भेटतात. अशा प्रसंगी सारेचजण खूप उत्साही असतात. येणाऱ्या आमच्या पिढ्यांमध्येही हा असाच उत्साह आणि समजूतदारपणा टिकून रहावा असे मला नेहमी वाटते, असे कुटुंबातील मुली अभिमानाने सांगतात.

लोक का भांडत असतात?

का मारामाऱ्या करतात?

विसंवादाच्या मागे नक्की काय कारण असते?

अविश्वास, भीती, असुरक्षितता आणि गर्व हीच त्यामागची प्रमुख कारणं. पण मुंजाल बंधूंपैकी एकामध्येही या गोष्टी दिसून येत नाहीत. जर एखाद्या कंपनीमध्ये परस्परांवर पूर्ण विश्वास असेल, तिथे असुरक्षिततेची भावनाच नसेल, प्रत्येकजण खूप नम्र असेल आणि कोणतेही अहंपणाचे मुद्दे नसतील,

कुणाविषयीही अनाठायी भीती नसेल तर अशी एखादी कंपनी नक्कीच हिरो सायकल्ससारखी आहे असे म्हणता येईल.

१७
गर्दीचा भाग व्हायचं म्हणून खाली येऊ नका

तुमचे पाऊल योग्य जागीच पडेल याची काळजी घ्या, मग अविचल उभे राहा.
                                                        –अब्राहम लिंकन

एके दिवशी एक ग्राहक आला त्याला सुट्या भागांची एक मोठी ऑर्डर द्यायची होती. त्याला मुंजाल देत असलेल्या उत्पादनांची गुणवत्ता अर्थातच पसंत होती. परंतु तो त्याची किंमत बाजारपेठेतील किंमतीपेक्षा कमी किंवा त्याहून कमी करण्याचा प्रयत्न करत होता आणि घासाघीस करत होता. त्यादिवशी दुकानामध्ये ओम प्रकाश होते. ते खाली उतरले आणि त्यांना त्या ग्राहकाला सांगितले, की ते गुणवत्तेच्या बाबतीत कोणतीही तडजोड करत नाही त्याप्रमाणे ते त्यांच्या किंमतीतदेखील करत नाहीत. हा धोरणात्मक असा निर्णय आहे. तो ग्राहक संतापला आणि त्या दुकानातून बाहेर पडला. त्याने विचार केला की, या स्वरुपाची किंमत आकारुन ते कधीही बाजारात टिकून राहू शकणार नाहीत.

जेव्हा ब्रिज मोहन यांनी ही गोष्ट ऐकली तेव्हा त्यांनी ही गोष्ट एक आव्हान म्हणून स्वीकारायचे ठरवले. ही सर्वश्रूत अशी वस्तुस्थिती होती, की मुंजाल यांची उत्पादने वगळता इतर सर्व उत्पादनांमध्ये गुणवत्तेशी तडजोड केली जात असे तसेच किंमतीच्या बाबतीतही वरखाली केले जात असे. ब्रिज मोहन लाल यांना याची कल्पना होती की ,जर आपल्याला टिकून राहायचे असेल तर त्यांना कमी गुणवत्ता किंवा जीवघेण्या स्पर्धेचा सामना करावा लागणार आहे. त्यामुळेच त्यांना लुधियानाच्या पलिकडे व्यवसायाचा विस्तार करणे गरजेचे होते. पुन्हा एकदा बाहेरच्या राज्यांमध्ये व्यवसायाचा

विस्तार करण्याची धुरा ओम प्रकाश यांच्या समर्थ खांद्यांवर देण्यात आली. केवळ सायकल बनवण्याचा परवाना मिळणे हा काही खेळाचा शेवट नव्हता. ही तर खरी सुरुवात होती. कारण एकदा सायकली बनवल्यानंतर त्या विकल्या जायला हव्या होत्या. जर सायकली बनवून त्या लोकांपर्यंत पोहोचल्याच नसत्या तर कोणतेही परवाने किंवा करार व्यर्थ ठरणार होते. त्यामुळे आता २६ वर्षाच्या ओम प्रकाश यांनी पुन्हा बॅग पॅक केली आणि आपले सर्वोत्तम असे योगदान देण्यासाठी ते अलाहाबादमध्ये दाखल झाले. अधिकाधीक लोकांशी संपर्क साधायला सुरुवात केली. दोन आठवड्यानंतर ते जेव्हा परत आले तेव्हा लुधियानातील कोणतीही कंपनी दावा करू शकणार नाही इतक्या मोठ्या प्रमाणावर ऑर्डर घेऊन ते परत आले होते.

ओम प्रकाश यांनी संपूर्ण देशभर फिरून हिरो सायकल्सची डिलरशिप विस्तारण्याचा प्रयत्न केला. हे यश म्हणजे केवळ त्यांची व्यावसायिक बांधिलकी नव्हती तर ही बांधिलकी होती त्यांच्या संपूर्ण परिवाराशी! त्यांच्या बहुतांश दौऱ्यांमध्ये त्यांची पत्नी त्यांच्या सोबत होती त्यामुळे ती त्यांची मनापासून काळजी घेत असे. काका आणि आत्या यांच्या सुरक्षित सहवासात आणि चुलत भावडांसोबत राहत असल्याने त्यांच्या मुलांनीही कधी तक्रारीचा सूर लावला नाही. कुणाचीच तक्रार नव्हती उलट प्रत्येक जण त्यांना प्रोत्साहन देत होता.

कधी कधी शनिवार-रविवार असताना अगर सुटीच्या दिवशी ओमप्रकाश मुलांनाही घेऊन दौऱ्यावर जात असत. ते त्यांच्या कुटुंबालाही त्यांच्या कामात सहभागी करून घेत असत आणि ते देखील त्यांना सहकार्य करत असत. सांघिक प्रयत्नांतून मिळते ते खरे यश अशी त्यांची यशाची साधीसोपी व्याख्या होती. त्यामुळे ओम प्रकाश यांचा परिवार पाहून डिलर्स व त्यांचा परिवारही सहभागी होते असे आणि त्यातूनच हिरो सायकल्सचा एक मोठा परिवार साकारत गेला. परस्परसंबंधांतून व्यावसायिक बंध दृढ होत गेले. कुटुंबाची मान्यता, त्यांचा पाठिंबा आणि प्रोत्साहन असल्याखेरीज कुणीही यशाच्या शिखरावर एकटा जाऊ शकत नाही हे ओम प्रकाश यांच्या उदाहरणाने दाखवून दिले.

त्यावर्षी हिरो सायकल्सने ७ हजार सायकल्स नुसत्या बनवल्या नाहीत तर सहा महिन्यांतच त्यांची विक्री करून दाखवली. कंपनीच्या दूरदृष्टीमुळे हा

टप्पा पार केल्यानंतर ब्रिजमोहन लाल हे पुन्हा श्री. कैरो यांच्याकडे गेले आणि त्यांच्याकडे अधिक मोठ्या सवलतीची मागणी केली. त्याकाळात पंजाबमध्ये त्याकाळात शासकीय परवान्यांचा गैरवापर फार मोठ्या प्रमाणावर होत असे. व्यापारी ते परवाने इतर व्यापाऱ्यांना विकत असत. त्यामुळे असाच काहीसा प्रकार तर घडला नाही ना अशी शंका मुख्यमंत्र्यांना आली. त्यामुळे मुंजाल प्रकरणातही त्यांच्या मनात शंकेने फेर धरला. त्यामुळे त्यांनी स्वतः हिरो प्रकल्पाला भेट देण्याची इच्छा व्यक्त केली. खरोखर ज्याचा दावा केला जात आहे तितक्या सायकली विकल्या जात आहेत का हे त्यांना तपासून पाहायचे होते. त्यांनी खरोखर प्रकल्पात पाऊल ठेवले आणि सायकल निर्मितीचा वेग पाहिला तेव्हा मुंजाल बंधुंची व्यावसायिक बांधिलकी पाहून ते अक्षरशः भारावले. त्यामुळे त्यांनी ब्रिज मोहन लाल यांना अधिक संधी देण्याचे ठरवले आणि त्यांना वर्षाला २५ हजार सायकली बनवण्याचा परवाना दिला.

मुंजाल बंधूंना याचा विश्वास होता की, आपण वर्षाला २५ हजार सायकली बनवू शकू परंतु शेवटी व्यवसाय चालतो तो विक्रीवर. त्यामुळे फॅक्टरीत तयार होणाऱ्या सायकली तयार झाल्यानंतर बाहेर काढून लोकांच्या हातात नेऊन पोहोचवणे ही अवघडी कामगिरी ओम प्रकाश यांच्यावर होती. व्यवसायाला मिळालेली ही गती खंडीत होऊ नये म्हणून त्यांनी हे आव्हान देखील स्वीकारले आणि शहरामागून शहरे पालथी घालायला सुरुवात केली. त्यांचे प्रेम, आत्मीयता आणि अतुलनीय व्यावसायिक बांधिलकी यांच्या जीवावर त्यांचे काम अथकपणे सुरू राहिले. अवघ्या वर्षभरातच ओम प्रकाश यांनी तब्बल १ हजार हिरो सायकल्स डिलरशिप्स देशभरात प्रस्थापित केल्या.

पुढील अवघ्या काही वर्षांमध्ये हिरो सायकल्स ही कंपनी आकाराने व प्रतिष्ठेने मोठी झाली. त्यामुळे आपसूकच प्रशिक्षित अभियंते, तंत्रज्ञ, प्रशासक आणि उद्योजक या कंपनीकडे आकर्षित झाले. सद्यस्थितीत भारतीय बाजारपेठेतील ३७ टक्के वाटा त्यांचा आहे. दररोज १९ हजार ५०० सायकलींचे उत्पादन केले जाते. जगातील कोणत्याही अन्य सायकल उत्पादक कंपनीपेक्षा हे उत्पादन जास्त असून त्याची नोंद गिनिज बुकातही झाली आहे.

हिरो सायकल्स ही पंजाबमधील सर्वात मोठी रोजगार देणारी कंपनी बनली

असून ओ. पी. मुंजाल हे लुधियानातील सर्वात मोठे करदाते आहेत. या एकूणच शहराच्या अर्थकारणाने गती घेतली असून त्यांच्या नेतृत्वाखाली आणि दूरदृष्टीने समृद्धी लाभली आहे.

वर्षामागून वर्षे गेली. त्यानंतर शासनालाही त्यांच्या कर्तृत्वाची ओळख पटल्याने ओ. पी. मुंजाल व त्यांच्या भावांना पंजाब रत्न पुरस्कार, उद्योग रत्न पुरस्कार, इंदिरा गांधी युनिटी पुरस्कार आणि पद्मभूषण पुरस्काराने गौरवण्यात आले. अवघ्या देशाने ते अभिमान बाळगावा असे व्यक्तिमत्व म्हणजे मुंजाल बंधू.

१८
लोक हीच खरी संपत्ती!

माणसाचे खरे मूल्य हे तो प्रत्यक्षात काय देतो यामध्ये पाहायला हवे. तो काय देऊ शकतो यामध्ये नक्कीच नाही.

– अल्बर्ट आईनस्टाईन

ओम प्रकाश मुंजाल यांच्या यशाचे रहस्य आहे तरी काय? किंमतीशी कोणतीही तडजोड न करता हा माणूस त्याचा माल इतक्या यशस्वीपणे विकू तरी कसा शकतो? अपेक्षित असणारी सर्व टार्गेट कोणतीही कारणं न देता हा माणूस पूर्ण कशी करतो? किंमतीमध्ये सर्वाधिक कोटेशन्स् देऊन देखील या माणसाला सर्वाधीक व्यवसाय मिळवणे जमते तरी कसे? एका बाजूला स्पर्धा इतकी तीव्र असताना आणि काही वेळा कमी किंमत देऊन देखील ते त्यांच्या डिलर्सना कशापद्धतीने धरून ठेवत असतील?

हे त्यांनी साध्य केले आहे ते त्यांच्या खरेदी आणि विक्रीच्या खास त्यांच्या तंत्रामुळे. त्यांच्या यशाचे गुपीत त्यांच्याच शब्दांत सांगायचे तर, कोणत्याही व्यवसायाचे अंतिम उद्दिष्ट असते ते म्हणजे आनंद, सन्मान आणि प्रेम! आपण सारेच अंतिमतः याच गोष्टींसाठी काम करत असतो. आपण केलेल्या कामाचे अंतिम उद्दिष्ट हेच तर असते. जर आपण केलेल्या कामाचा आपल्यालाच आनंद नसेल, त्याला प्रतिष्ठा, सन्मान लाभणार नसेल आणि त्यात प्रेम नसेल तर आपण आपल्या कामाविषयी तर उत्साही राहणारच नाही परंतु आपल्या आयुष्याविषयीदेखील नाही. त्या अंतिम उद्दिष्टासाठी झटून काम करणारे लोकच आपल्याला आवडतात. जेव्हा लोकांना हे अंतिम स्थान कोणत्याही स्वरुपाच्या कामाच्या ठिकाणी जेव्हा

दिसून येत नाही तेव्हा लोक त्यातून अलगदपणे बाहेर पडतात. त्यांच्यासमोर आव्हाने मोठी असतात म्हणून लोक बाहर पडतात असे आजिबात नसते. लोक बाहेर पडतात कारण त्यांना तिथे ती आव्हाने स्वीकारल्यानंतर ही आनंद गवसत नाही, प्रेम मिळत नाही, त्यांना सन्मान मिळत नाही. पैसा नसेल तर लोक आजारी पडत नाहीत परंतु प्रेम नसेल, कामाला प्रतिष्ठा नसेल आणि त्या कामात समाधान, आनंद नसेल तर नक्की निराश होऊन जातात.

ओम प्रकाश मुंजाल यांच्या नावाने ओळखले जाणारे हिरो सायकल्सचे जग हे लोकांशी आत्मियतेच्या धाग्याने जोडलेले आहे. ते त्यांच्या सर्व वितरकांना नावाने ओळखतात. त्यांच्या कुटुंबियांना ओळखतात आणि त्या साऱ्यांना ते आपल्या कुटुंबाचा एक सदस्य मानतात. जेव्हा लोकांना तुम्ही व्यक्तिगत संबंध लक्षात ठेवून जाहिरपणे त्यांच्या नावाने हाक मारता तेव्हा त्याचा आनंद वेगळाच असतो आणि जेव्हा तुम्हाला त्याची अजिबात अपेक्षा नसते तेव्हा त्याचा आनंद आणखीनच होतो. तुमच्यामध्ये कंपनीला रस आहे, त्यांच्या दृष्टीने तुम्ही महत्त्वाचे घटकआहात, तुमची येथे काळजी घेतली जाते. कुणाच्याही मनात येईल, की हजार लोकांची नावं एका माणसाच्या लक्षात तरी कशी राहत असतील? त्याचे एकच उत्तर असू शकते ते म्हणजे लोकांविषयीचा आत्यंतिक व आंतरिक जिव्हाळा आणि प्रेम. त्यांच्या जगण्यामध्ये मनापासून समरस होण्याची वृत्ती.

जेव्हा तुम्ही एखाद्या समवेत असताना मोकळेपणाने त्याच्या सर्व क्षणांमध्ये समरस होता. त्याला तुमचे अनुभव, आठवणींचे भागीदार बनवता, तसेच जेव्हा भावनांमध्ये सहभागी करून घेता तेव्हा एक वेगळाच बंध निर्माण होतो. एका चांगला लीडर तोच तर असतो. असा लीडर जो आपल्या जगण्याला स्पर्शून जातो आणि एक अत्यंत प्रेमळ, जिवंत, रसरशीत जग आपल्यासाठी निर्माण करतो. ओ. पी. मुंजाल यांनी नेतृत्वाच्या व्याख्येलाच एका वेगळ्या उंचीवर नेऊन ठेवले. ते केवळ लोकांना त्यांच्या नावांनी ओळखतात असे नाही तर ते त्यांना त्यांच्या लोकांच्या जगण्याचीही कल्पना आहे. त्यांना लोक कशाला घाबरतात हे देखील ठाऊक आहे. कशाने प्रेरित होतात हे देखील त्यांना माहीत आहे आणि त्यांना कशाची सर्वाधीक काळजी असते हे देखील माहीत आहे. ते जेव्हा एखाद्या डिलरला भेटतात तेव्हा त्याच्या दृष्टीने जी गोष्ट सर्वात महत्त्वाची असते त्याच

गोष्टीत मुंजाल यांना मनापासून रस असतो. त्यामुळे त्यांच्याकडून ती गोष्ट काळजीपोटी व्यक्त होते आणि दोघांचीही मने एकरुप होऊन जातात.

जेव्हा ते पुढच्या खेपेला त्या डिलरला भेटायला येत तेव्हा ते त्या डिलरच्या मुलांसाठी व परिवारासाठी मिठाई घेऊन जायचे. त्याच्या मुलांना वाचायला आवडतात अशी जी पुस्तके त्या डिलरने सांगितलेली असतील ती ते आवर्जून घेऊन जातील. ज्या गोष्टींचा शोध ते त्यांच्या शहरांत घेत होते परंतु त्यांना तिथे त्या खरेदी करायला सापडल्या नव्हत्या अशा काही गोष्टी ते आवर्जून भेट म्हणून घेऊन जातील. हे सारे आणत असतानाच ते त्या व्यक्तीविषयीचा तोच भाव आणि तीच आत्मियता घेऊन येतील. आपल्या अत्यंत जवळचा, जिवाभावाचा सखा असावा अशी वागणूक ते त्याला देतील.

प्रत्येक डिलरला ज्याप्रमाणे वाटत असते की मी माझ्या वडिलांच्या सर्वात जवळ असलो पाहिजे, त्याचप्रमाणे व्यावसायिक सहकाऱ्यांबाबत सुद्धा आपण सर्वात स्पेशल असावे ही प्रत्येक डिलरचीच भावना असते. असे ओ. पी. मुंजाल सांगतात.

साऱ्या डिलर्सनी एकदा लुधियानाला भेट दिली तेव्हा ओम प्रकाश हे स्वतः रेल्वे स्टेशनवर त्यांच्या स्वागतासाठी गेले आणि त्यांना घरी घेऊन गेले. त्यांच्या पत्नीने त्या सर्वांना स्वतः जेवण वाढले. ओमप्रकाश यांनी जातीने त्यांच्या सर्व प्रवासाची व्यवस्था पाहिली. त्यांच्या निवासाची व्यवस्था त्यांनी स्वतःच्या घरात केली. त्यांची ही वागणूक म्हणजे व्यावसायिकतेच्या रुक्ष नात्यांना एका वेगळ्या स्तरावर नेऊन व्यक्तिगत बंध निर्माण करणारी होती. त्यामुळे या सुखद अनुभवानंतर डिलर्सनीही ओम प्रकाश यांना त्यांच्या दौऱ्याच्या वेळी घरी बोलवण्यास सुरुवात केली. त्यामुळे लवकरच ते डिलर्सचे मित्र बनले आणि त्यांच्या कुटुंबियांच्या व डिलर्सच्या विश्वासास पात्र बनले. त्यांनी डिलर्सच्या कुटुंबियांना ज्या ज्या प्रकारे शक्य असेल त्या प्रकारे मदत केली. अगदी शाळेच्या प्रवेशासाठी सुद्धा गरज असेल तर ओमप्रकाश शब्द जरुर टाकत असत. जर आर्थिक भार पेलता येत नसेल तर त्याची गरज ओळखून ते त्या डिलरच्या मुलीच्या लग्नासाठी आर्थिक मदतही करत असत. शेकडो मैल दूर असणाऱ्या लोकांच्या कुटुंबांना ते तातडीच्या वैद्यकीय परिस्थितीतही आर्थिक मदतीचा हात देत. त्यांच्या डिलर्स आणि सहव्यावसायिकांना ज्या ज्या

गोष्टीने त्रास होईल तोच त्रास ते स्वतःचा मानत. जर ते आनंदी असतील तर हे सुद्धा आनंदी असत. जर ते दुःखात असतील तर हे सुद्धा दुःखी. असा माणूस कुठे शोधून तरी सापडेल ?

१९.
शिखरावर नेहमी तुम्ही एकटेच असता...
मग तुमच्या लोकांना तुमच्यासोबत घ्या!

कायनात ले कर चलो
हयात ले कर चलो
चलो ऐसे की सबको
साथ ले कर चलो

ते जे काही करत असतील त्यात ते तुम्हाला सहभागी करून घेतात. जेव्हा तुम्ही त्यांच्या समवेत असाल तेव्हा ती गोष्ट व्यवसायाशी संबंधित असो वा नसो, ते तुम्हाला त्या गोष्टीमध्ये सहभागी करून घेतात. त्यांच्या या सहजतेने सहभागी करून घेण्याच्या वृत्तीमुळे त्यांच्या सभोवताली असणाऱ्या व्यक्तींमध्ये आपणही महत्त्वाचे घटक आहोत ही भावना रुजते. ते लोकांना त्यांच्या आयुष्यामध्ये आणि त्यांच्या आनंदामध्ये सहभागी होऊ देतात. ओम प्रकाश सोबत असतात तेव्हा ते व्यक्तीभेद करत नाहीत. ते प्रत्येकाला सहभागी करून घेतात.

एके दिवशी त्यांचे व्यवस्थापकीय संचालक एस. के. राय हे त्यांच्या घरी सकाळी ७ वाजता जाऊन धडकले. कारण हीच त्यांच्याशी चर्चा करण्याची आणि ते सापडण्याची योग्य वेळ होती. त्यावेळी ओमप्रकाश हे त्यांच्या शिक्षकांसमवेत योगासने करत होते. राय यांना पाहून त्यांनी व्यायाम थांबवला नाही परंतु त्यांनीही आपल्यासमवेत योगासने करावीत असा आग्रह मात्र धरला. राय म्हणत होते, की त्यांची योगासने होईपर्यंत ते त्यांच्या घरातील बागेत वाट पाहत थांबतील.. परंतु ओमप्रकाश मात्र त्यांना सोबत योगासने करण्याचाच आग्रह करत होते. अखेर राय यांना ओम

प्रकाश यांच्याबरोबरीने १० सूर्यनमस्कार घालावेच लागले... ते देखील सफारी सूटमध्ये!

अनेक लोक नेतृत्वाविषयी गल्लत करत राहतात आणि लोकांना निर्णयप्रक्रियेपासून, दृष्टिकोन अंगीकारण्याबाबत, सत्ता आणि अधिकार टिकवून ठेवण्यासाठी दैनंदिन समावेशाबाबत ते लोकांना जास्तीत जास्त दूर ठेवतात. परंतु खरे नेतृत्व हे सहभागी करून घेणारे असते... दूर ठेवणारे नसते! जेव्हा लोकांना सहभागी करून घेतले जाते तेव्हा त्यांची कामाप्रती असणारी समरसता आणि आवड एका वेगळ्याच पातळीवर जाते. नेतृत्वाचा हा मुख्य धडा जे लोक विसरतात ते नेतृत्व करूनही शिखरावर एकटेच राहतात. त्यामुळेच शिखरावर तुमच्यासमवेत इतरांनाही घेऊन जाणे केव्हाही शहाणपणाचे असते.

ओम प्रकाश यांना ओळखणाऱ्या लोकांना हे माहीत आहे, की ओमप्रकाश हे जगातील एक उत्कृष्ट यजमान आहेत. त्यांचा डीलर येत आहे, हे त्यांना समजले की, ते फक्त ड्रायव्हर पाठवून थांबणार नाहीत तर ते स्वतः त्याला आणण्यासाठी रेल्वेस्टेशनवर किंवा विमानतळावर जातील. लुधियाना विमानतळ हे तेथील सततच्या बदलत्या हवामानामुळे अद्याप पूर्णतः कार्यान्वित झालेला नसल्याने बहुतांश वितरक हे रेल्वेनेच येणे पसंत करत. परंतु अब्जावधी डॉलर्सच्या साम्राज्याचा मालक असलेला त्यांचा अध्यक्ष त्यांच्या स्वागतासाठी प्रत्येकवेळी आलेला दिसे. प्लॅटफॉर्मवर त्यांचे लाडके छोटे बाऊजी त्यांची वाट पाहत असलेले दिसायचे. ते त्यांनी तिथून घरी आणायचे, त्यांची मनापासून काळजी घ्यायचे. त्यांना जेवू खावू घालायचे आणि त्यांची आत्मियतेने सेवा करायचे.

१९७५ मध्ये वितरक मोहीत दा व त्यांची पत्नी पूर्वकल्पना न देता ओ. पी. मुंजाल यांना भेटण्यासाठी आले. ते जेव्हा आले तेव्हा ओ. पी. मुंजाल आणि त्यांची पत्नी हे दोघेही सुटीनिमित्त सिमल्याला जाण्यासाठी निघाले होते. तेव्हा त्या वितरकाला आणि पत्नीला त्यांनी आपल्यासोबत येण्याचा आग्रह धरला. मोहीत दा व त्यांची पत्नी तयार झाले व ते सिमल्याला त्यांच्यासमवेत गेले. परंतु समस्या अशी होती की, त्यावेळी सिमल्यातील सर्व हॉटेल बुक झालेली होती. त्यामुळे ओम प्रकाश व त्यांच्या पत्नीने त्या वितरक व पत्नीसमवेत खोली शेअर केली. स्त्रिया बेडवर झोपल्या आणि खाली मॅटवर पुरुष झोपले. मोहीत दा आजही त्यांची सर्वोत्तम आणि

सर्वाधिक लक्षात राहिलेली आठवण म्हणून याचा गौरवाने आवर्जून उल्लेख करतात.

''मला त्याला कुठेही कमीपणा येऊ द्यायचा नव्हता. कारण तो देखील माझ्या परिवाराचा एक भाग आहे. ते देखील माझी तितक्याच मनापासून काळजी घेत होते जितकी मी त्यांची. आम्ही एक कुटुंब म्हणून गेलो होतो आणि आम्ही तिथे एकत्रच राहणार होतो. तसे राहिलोही.'' अत्यंत प्रांजळपणाने मुंजाल त्यांची भावना व्यक्त करतात.

दुसऱ्या एका प्रसंगात ओ. पी. मुंजाल यांच्या फॅक्टरीतील कर्मचाऱ्यांपैकी एक जण त्यांना जाऊन भेटला. त्याचा मुलगा अतिशय गंभीर आजारी होता आणि त्याला तातडीने रुग्णालयात भरती करणे गरजेचे होते. तो अतिशय अस्वस्थ दिसत होता आणि त्याने रजेसाठी विचारले. ओम प्रकाश यांनी तातडीने आपल्या ड्रायव्हरला बोलावले. स्वतःची गाडी घेऊन जायला सांगितले. त्या माणसाला त्याच्या घरी सोडून तिथून तत्काळ त्याच्या मुलाला हॉस्पिटलमध्ये भरती करण्यास सांगितले.

तेव्हा त्या कर्मचाऱ्याने ओम प्रकाश यांना विचारले, की तुम्ही घरी कसे जाणार?... तेव्हा ते विनोदाने म्हणाले, ''माझी काळजी करू नका. मी सायकलचे एवढे मोठे जग उभे केले आहे. त्यातलीच एखादी घेऊन जाऊ शकेन.'' तो कर्मचारी अध्यक्षांच्या जग्वारमधून गेला आणि जोपर्यंत त्याच्या मुलावर योग्य उपचार केले जात नाहीत आणि जोपर्यंत त्याला पुन्हा घरी आणले जात नाही, तोपर्यंत तिथून न हालण्याची ड्रायव्हरला स्पष्ट सूचना दिलेली होती. इतकेच नव्हे तर ओमप्रकाश यांनी त्यांच्या मॅनेजरला बोलावून घेतले आणि त्या कर्मचाऱ्याच्या हॉस्पिटलच्या सर्व खर्चाची व्यवस्था पाहण्यास सांगितले.

''मला त्याच्यावर खर्चाचा कोणताही भार पडू द्यायचा नव्हता. कारण मुलगा आजारी असण्याचे ओझे वडिलांसाठी पुरेसे असते. मला माझे सर्व लोक कामावर येताना आनंदी असावेत असे वाटते त्यामुळेच त्यांचा हा आनंदच त्यांच्या कामातून पुढे व्यक्त होतो.'' असे ओम प्रकाश सांगतात.

एखादा माणूस लोकांची सेवा करण्यासाठी किती धडपडत राहील? ओम प्रकाश यांच्याबाबतीत त्याला सीमाच नाही. ते दुसऱ्याला मदत करण्याची संधीही कधीही सोडत नाही आणि त्यातला त्यांचा वाटा उचलतात. फॅक्टरीमध्ये येत असताना त्यांना जर दिसले की, त्यांचे कर्मचारी चालत

येत आहेत तर ते ड्रायव्हरला तिथेच थांबवतील आणि चालत जाणाऱ्या कर्मचाऱ्यांना लगेच आपल्या गाडीत घेऊन लिफ्ट देतील. ते त्यांच्या साऱ्या कर्मचाऱ्यांना युनिफॉर्मवरून लगेच ओळखतात. 'हा माझा कर्मचारी आहे' असं म्हणत ते थांबतील आणि त्याला लगेच आपल्या गाडीत घेतील.

ओम प्रकाश यांच्या डोक्यात कधीही ज्येष्ठ कनिष्ठता नसते. ते मनातून स्वतःला एक कर्मचारीच मानतात, जो अगदी वेळेमध्ये कंपनीत येऊन पोहोचतो. त्यांच्यादृष्टीने सारेजण समान असतात. सेवाज्येष्ठता किंवा पद पाहून ते त्यांच्या वागणुकीत कोणताही बदल करत नाहीत. सगळ्यांच्याच बाबतीत त्यांची वागणूक एकसारखी असते. प्रेमळ, काळजी घेणारे आणि तरीही कोणत्याही परिस्थितीत तडजोड न करणारा एक सच्चा टास्कमास्टरही! असे आहेत ओ. पी. मुंजाल !

नेतृत्व करणारे अनेकजण इतरांना आपल्या आयुष्यात डोकावू देत नाहीत. आपल्याकडील देण्याची वृत्तीही इतक्या कमाल प्रमाणात असू शकत नाही. कर्मचारी, उत्पादक व डिलर यांच्याशी इतके सुंदर बंध निर्माण झालेले असल्याचे चित्रही क्वचितच दिसून येते. परंतु इथे दिसून येणारे परस्परांचे सुरेख नाते हे खरोखर वेगळेपण अधोरेखीत करते.

जेव्हा तुम्ही लोकांना तुमच्या आयुष्यात सहभागी करून घेता, तुमच्याकडे असणारी सकारात्मकता आणि आनंद यांचे समान वाटेकरी करता तेव्हा व्यवसाय, व्यवस्थापन आणि नेतृत्व यांचे संपूर्णतः एक वेगळे जगच खुले होते. अशा प्रकारचे नेतृत्व जेव्हा उभे राहते तेव्हा त्यातून बांधिलकीची व्याख्या एका वेगळ्याच स्तरावर नेऊन ठेवली जाते. या मागची बांधिलकी मग व्यवसाय आणि पैशांच्याही पलिकडची असते. नोकरीतील गळती ही सध्याच्या परिस्थितीतील सर्वात मोठी समस्या आहे परंतु जेव्हा तुम्ही परस्पर नातेसंबंध अशा एका स्तरावर नेऊन ठेवता तेव्हा परस्परबंध इतके घट्ट होतात की त्यानंतर नुकसान झाले, आपत्ती आली किंवा गैरसमज झाले तरीही माणसे तुम्हाला सोडून जात नाहीत.

यशस्वी झालेली अनेक माणसे दिसून येतात. परंतु काही यशाच्या जवळ गेलेली असतात तर काहींना तिथे जाण्यासाठी खूप त्याग करावा लागलेला असतो. त्यांनी केलेल्या त्यागाची किंमत त्यांच्या आरोग्यातून वसूल होत असते. त्यांच्या हास्यातही एकप्रकारचा राखीवपणा आलेला असतो. नातेसंबंध टिकवून ठेवण्यामध्ये ते अनेकदा अपयशी ठरत असतात. परंतु

एखादा माणूस यशस्वी होऊ शकतो आणि त्याचवेळी मुक्त आणि आनंदीही राहू शकतो, यावर मनापासून श्रद्धा असणार व तसा प्रत्यक्ष जगणारा हा माणूस आहे.

२०
गैर खपवून न घेणारा टास्कमास्टर!

उद्याचे काम चांगले होण्याची पूर्वतयारी म्हणजे ते काम आजच चांगले करणे.
— एल्बर्ट हब्बर्ड

ओम प्रकाश हे खऱ्या अर्थाने टास्कमास्टर आहेत. अनेकदा अशी मनाने मृदू असणारी माणसे त्यांच्या टीमकडून आणि कर्मचाऱ्यांकडून असणाऱ्या अपेक्षांबाबतही दयाळूपणा दाखवतात आणि मग त्यांच्या चांगुलपणाचाच फायदा घेतला जातो. लोकांवर कमी किंवा आजिबातच नियंत्रण नसेल आणि त्यांची कामगिरीही सुमार असेल तर त्याचा शेवट होतो तो गैरव्यवस्थापनामध्ये. ओमप्रकाश हे एक चांगला काळजी घेणारा, प्रेमळ नेता आणि त्याचवेळी एक कठोर प्रशासक यांचा उत्तम मिलाफ आहेत. ते कर्मचाऱ्यांची कामगिरी, अपेक्षा आणि गुणवत्ता याबाबतीत कोणतीही तडजोड करत नाहीत. ते आदरसन्मान देतात आणि काळजीही व्यक्त करतात परंतू त्याचवेळी कामामध्ये दर्जेदार गुणवत्तेचीही अपेक्षा करतात. सामान्यपणे काम करणारे लोक त्यांना सहनच होत नाहीत आणि त्यांची ही अपेक्षा कंपनीतील प्रत्येकाला ठाऊक आहे. त्यामुळे त्यानुसारच प्रत्येकजण त्यांचे काम करतात. त्याशिवाय काहीही देण्याचे धाडस कुणीही करू शकत नाही. ते लोकांना कामावर घेतात, त्यांना प्रशिक्षण देतात आणि त्यांना अतिशय चांगल्या रितीने घडवतात. जेव्हा कुणीही व्यक्ती नव्याने कामावर घेतली जाते तेव्हा त्याने काम सुरू करण्यापूर्वी ते त्याला भेटून त्यांचे म्हणणे अगोदरच स्पष्ट करतात. नव्याने सहभागी होणाऱ्या कोणत्याही कर्मचाऱ्याला येथील कार्यसंस्कृती आणि अपेक्षांचे पूर्ण भान

असावे असे ते मानतात. त्याचप्रमाणे त्यांच्या नव्या कर्मचाऱ्याचे स्वप्न आणि त्याच्या आकांक्षा समजून घ्यावा हा देखील उद्देश असतो.

आपले काम कशाही वाईट पद्धतीने पूर्ण करून कोणीही तसाच निघून ज्जाऊ शकत नाही. ओम प्रकाश यांना सारे काही माहीत असते कारण ते स्वतः सर्व कामांमध्ये स्वतः सहभागी असतात. जिथे समस्या उद्भवेल तिथेच ती मिटवून टाकतात. ते कोणावरही दोषारोप करत बसत नाहीत. जेव्हा फारच डोक्यावरून पाणी जाते तेव्हा त्यांना आलेला राग हा त्या समस्येविषयी असतो, व्यक्तीबद्दल नाही. त्यांचा भर सुधारणेवर असतो, केवळ तंबी देण्यावर नाही. चूक आणि दुर्लक्ष या दोन्हीमधील फरक त्यांना नेमका कळतो आणि त्यानुसारच ते त्या व्यक्तीशी वागतात.

जेव्हा एखाद्या व्यक्तीकडून चूक होते तेव्हा ओमप्रकाश त्याला ऑफिसमध्ये बोलावतात. त्याच्यासाठी चहा मागवतात. ओम प्रकाश त्याला ती चूक कशामुळे झाली याची सर्व माहिती विस्तृतपणे विशद करतात आणि ती भविष्यात कशी टाळता येऊ शकेल याचा मार्गही दाखवतात. अनेकदा ते पहिल्यांदा झालेली चूक माफही करून टाकतात. परंतु जर तीच चूक पुन्हा झाली तर मात्र त्यांची नाराजी ते स्पष्टपणे सांगितल्याशिवाय राहत नाही.

हिरो सायकल्समधील सारे लोक ओम प्रकाश यांच्या संतापाला घाबरून असतात. राग आणि संताप यांच्यातील सीमारेषा अतिशय सूक्ष्म असते. एखाद्या परिस्थितीतील कुणाला कशामुळे संताप येईल हा ज्याच्या त्याच्या दृष्टिकोनाचा भाग असतो. नेतृत्व करणारा हा जर शीघ्रकोपी आणि सतत अपेक्षा ठेवणारा असेल तर लोक त्याच्या हाताखाली भरडले जातात. त्याच्या उपस्थितीतच प्रकल्प अयशस्वी होतात आणि त्यातून एकूणच असमाधानाचे वातावरण निर्माण होते. परंतु जेव्हा नेतृत्व करणाऱ्या माणसाचे त्याच्या टीमशी एक चांगले नाते असते आणि ते जेव्हा ओम प्रकाश यांच्याप्रमाणे जिव्हाळ्याचे नातेसंबंध जोडलेले असतात तेव्हा कामावरून व्यक्त केलेला रागदेखील लोकांकडून प्रांजळपणे स्वीकारला जातो.

लोक त्यांच्या रागाला खूप घाबरून असतात हे त्यांना माहीत आहे का असे विचारले असता ते म्हणतात, कुणीही कशालाही घाबरत नाही. लोक केवळ त्यांचे दुबळेपण उघड होईल या भीतीने घाबरत असतात. त्यांचा मूर्खपणा जगजाहीर होईल की काय आणि त्याचे परिणाम काय होतील याचीच

केवळ भीती असते. ते अचानक बाहेर येणे त्याच्यासाठी आकस्मिक असते. कारण त्याच्या चुकीच्या कृती उघड झालेल्या असतात.

'राग' ही एक भावना आहे. ती तितकीच स्वाभाविक आहे, जितकी 'प्रेम'. राग वाईट कधीच नसतो. जर तुम्ही रस्त्यावर एखाद्या लहान मुलाला मारहाण करताना पाहिलेत तर तुम्हाला येणारा राग ही अत्यंत स्वाभाविक अशी भावना आहे. परंतु रागाच्या भरात लोक जे काही बोलतात आणि करतात ती त्यांची कृती ही नक्कीच वाईट असू शकते. त्यामुळे जर एखादा कर्मचारी त्याच्या कामाच्या वेळेत झोपा काढत राहिला आणि काम अर्धवट ठेवून निघाला कारण तो दारु प्यायलेला होता तर त्या गोष्टीने मला नक्कीच संताप येईल. राग येण्यासाठी देखील वेळ आणि योग्य कारण असावे लागते.

तुमची नाराजी व्यक्त करण्याचा तुम्हाला निश्चितपणे अधिकार आहे. त्याचप्रमाणे तुम्हाला तुमचा राग व्यक्त करण्याचाही आहे. परंतु जेव्हा लोक रागाला त्यांच्याही वरचढ होऊ देतात तेव्हा ते आदराची जागा गमावतात आणि त्यातून अवमान आणि अवमूल्यन यांना सामोरे जाण्याची वेळ येते, असा राग केव्हाही वाईटच. राग हा काही वेळे पुरताच चांगला असतो. काही वेळानंतर ती रागाची भावना तुम्हाला पार गिळून टाकते.

त्यांच्याविषयी हिरो सायकल्सचे वरिष्ठ सरव्यवस्थापक अशोक बावा म्हणतात, मुंजाल हे दोन्ही बाबींचा सुरेख समन्वय राखतात. ते लोकांची स्तुती करण्याची संधी कधीही दवडत नाहीत. जेव्हा हाती घेतलेली एखादी गोष्ट त्यांना तडीस जाताना दिसते तेव्हा छोट्या छाट्या गोष्टींसाठीही देखील ते कौतुक करताना थकत नाहीत. परंतु जेव्हा तुमच्याकडून एखादी चूक होते तेव्हा ते त्या छोट्याशा गोष्टींचे कधीही भांडवल करत नाहीत. ते ती चूक तत्काळ सुधारतात. ते त्रुटी दाखवन देतात आणि ती बदलून सुधारणा घडवून आणतात. मी छोटे बाऊजींना रागावलेले कित्येकदा पाहिलेले आहे परंतु दुसर्‍याचा अवमान करताना कधीही नाही. त्यांच्या चुकांचे गांभीर्य लक्षात घेऊन ती चूक कशी लवकरात लवकर सुधारता येईल याचा प्रयत्न करतानाच पाहिलेले आहे.

त्यांचा राग आजवर अनेकांवर निघालेला आहे. परंतु त्यांचे म्हणणे असते, की त्यांनी त्यांच्यासाठी इतके काही केलेले आहे की, आमच्यावर रागावणे हा त्यांचा हक्क आहे. जेव्हा ते एखाद्या कर्मचार्‍याला ओरडतात तेव्हा

देखील त्यांना त्यामागील कारण स्पष्टपणे दिसत असते. हिरो सायकल्समध्ये त्यांच्यासमवेत काम करणाऱ्या प्रत्येकाला ही जाणीव असते की, ज्याप्रमाणे ते त्यांच्या चांगल्या आयुष्यासाठी व त्यांच्यासाठी प्रत्येक गोष्ट चांगली व्हावी म्हणून धडपडतात त्याचप्रमाणे त्यांच्या कामातही चांगली गुणवत्ता असावी अशी त्यांची अपेक्षा असते. ते लोकांना मनापासून जपतात आणि जगाला ते ज्याचे आश्वासन देतात ती सेवा दिली जावी अशी त्यांची अपेक्षा असते. ते लोकांची काळजी घेतानाही कोणती कसूर ठेवत नाहीत. त्याचप्रमाणे नाराजी व्यक्त करतानाही घाव बसतील असे शब्दांचे वार करत नाहीत. त्यांची अमान्यता व्यक्त करताना ते भीडभाड ठेवत नाहीत हे जितके खरे, तितकेच त्यांचा मुद्दा स्पष्ट करताना मर्यादेची रेषा ते कधीही ओलांडत नाहीत.

नेतृत्व करणाऱ्याने त्याचे ग्राहक आणि व्हेंडर यांच्यासमवेत चांगले संबंध प्रस्थापित करणे आवश्यकच असते परंतु खऱ्या अर्थाने चांगले नेतृत्व करणारा माणूस त्याही पुढे जाऊन त्याच्या कर्मचाऱ्यांशीही तितकेच सौहार्दाचे नाते प्रस्थापित करतो. कारण हीच माणसे त्याच्या साऱ्या व्यावसायिक परस्परसंबंधांना अर्थपूर्ण बनवत असतात याची त्यांना जाणीव असते. कर्मचाऱ्यांना किती दडपले जाते यावर ते संबंध ठरत असतात.

कर्मचारी त्यांच्यावरील टीकेला कसे प्रत्युत्तर देतात? तुमच्याकडून झालेल्या एखाद्या चुकीच्या वेळी तुम्ही त्या कर्मचाऱ्याचा राग कशाप्रकारे नियंत्रित करता? जेव्हा कर्मचाऱ्यांच्या एखाद्या चुकीसाठी त्यांना जबाबदार धरले जाते तेव्हा ते किती वेगाने निराश होतात आणि नकारात्मकता त्यांच्या मनात घर करते?

ओमप्रकाश यांनी त्यांच्या लोकांमध्ये केलेली गुंतवणूक इतकी प्रभावी आहे की, लोकांना त्यांच्या रागामागे दडलेल्या त्यांच्या अपेक्षाही दिसू शकतात. जेव्हा त्यांच्या अपेक्षाबरहुकूम काम करण्यात अपयश येऊन सर्वत्र निराशेचे ढग दाटलेले असतात तेव्हाही लोक त्यांचा हेतू स्पष्टपणे पाहू शकतात. कोणत्याही प्रश्नाचे उत्तर हे दोन्ही बाजूंनी विचार झाला तरच मिळते. केवळ एकाला दोषी ठरवण्यात समाधान मानण्याऐवजी दोघांनी मिळून त्याचा शोध घेणे केव्हाही आवश्यक असते आणि जर लीडरमध्ये ती क्षमता असेल तर ते खरे नेतृत्वकौशल्य!

सर्व प्रकारची खरेदी, वितरण आणि विक्री या विषयांमध्ये स्वतः ओम प्रकाश मुंजाल हे जातीने लक्ष घालतात. त्यांच्यासाठी काम करणाऱ्या प्रत्येकालाच त्यांची सजगता प्रेरणा देऊन जाते. दिवसाच्या अखेरीस ते सारे अहवाल स्वतः एकदा पाहतात. त्यानंतरही त्यांना काही गोष्टी त्यांनी सांभाळून घेणे आवश्यक आहे असे वाटले तर तिकडे लगेच लक्ष देतात व ती गोष्ट पूर्ण करून टाकतात. एका संध्याकाळी, असेच अहवाल पाहत असताना त्यांच्या लक्षात आले, की ४० हजारांपैकी दोन रिम्स या चुकीच्या पद्धतीने बनवल्या असून त्यात त्रुटी आहेत. त्यांनी तातडीने फोन उचलला आणि त्या दोन चुकीच्या रिम्सचा खुलासा करण्यास सांगितिले. एखाद्याने इतक्या छोट्याशा त्रुटीकडे दुर्लक्ष केले असते. कारण आकड्यातच सांगायची तर एकूणात 0.00५ टक्के इतकीच त्रुटी होती. परंतु ओ. पी. मुंजाल यांना तेवढीही क्षम्य नव्हती. संबंधित विभागाला विचारणा करण्यात आली. त्याबाबत सल्ला व सूचना देण्यात आल्या आणि कोणत्याही त्रुटीविना उत्पादन व्हावे अशी अपेक्षाही भविष्यासाठी व्यक्त करण्यात आली.

हिरो सायकल्सचे विपणन आणि विक्रीचे अध्यक्ष जी. डी. कपूर याविषयी सांगतात, ''त्यांना शिस्त हवी असते. गुणवत्ता हवी असते. जेव्हा प्रश्न गुणवत्तेचा येतो तेव्हा ते कशाचीही पर्वा करत नाहीत. तुम्हाला मदत करण्याची किंवा देण्याची वेळ असेल तेव्हा ते अत्यंत कनवाळू असतात. त्यांचे कशालाही नाही म्हणून उत्तर नसते. ते तुमचा शब्द खाली पडू न देण्यासाठी धडपडतील. जेव्हा तुम्ही अगदी किमान अपेक्षा धरलेली असेल तेव्हा तुमच्या हृदयाला स्पर्शून जाईल असे काहीतरी ते करून जातील. जर तुम्ही कामात टंगळमंगळ केली तर तुमचे कान धरायलाही ते मागे पुढे पाहणार नाहीत परंतु जर तुम्ही छोटीशी चांगली गोष्ट केलीत तरी त्यासाठी तुमची मनापासून पाठ थोपटतील. त्यांच्यासमवेत काम करताना गुणवत्ता या शब्दाचा खरा अर्थ समजतो आणि त्यामागोमाग यश कसे चालत येते हे ही कळते. काहीवेळा मला तर असे वाटते की, ते अद्वितीय असे आहेत. त्यांच्यासारखे फक्त तेच! पण पुन्हा मी जेव्हा विचार करतो, आपण देखील त्यांच्यासारखे बनू शकणार नाही का? कदाचित ते सहजतेने जगत

असतील आणि आपण मात्र कृत्रिमतेची झूल पांघरून... आपण जे काही आहोत आणि आपण जे काही असायला हवे, त्याच्यापासून फक्त दूर जात राहतो. खर आहे ना?

२१
समानतेतून एकात्मतेकडे...

चांगले बनणे सोपे आहे... परंतु चांगले बनून राहणे हे अवघड आहे.
—व्हीक्टर ह्युगो

व्यवसाय दिवसागणिक वाढतच चालला होता आणि हिरो सायकल्सने देशभरात विस्तार केला. सत्यानंद यांच्या योग्य मार्गदर्शनाखाली दयानंद मुंजाल यांचा मुलगा विजय यांनी वडिलांची जागा घेतली आणि काम सुरू केले. अल्पावधीतच विजय हे कंपनीतील एक अत्यंत महत्त्वाचा घटक बनले. हे सारे साम्राज्य 'एकच किंमत' या तत्त्वावर आधारलेले होते. त्यामुळे कोणतीही विक्री होताना त्यात किंमतीचा फरक केला जात नसे. प्रत्येकाला एकाच किंमतीने विक्री होत असल्याने कोणत्याही डिलरला आपल्यात भेदभाव केला जात आहे अथवा आपण कमी महत्त्वाचे आहोत अशी भावना कधीही निर्माण होत नसे. सध्याच्या स्पर्धात्मक युगामध्ये जेव्हा विक्रीची बाब येते तेव्हा त्यांना वस्तू कमी किंमतीने विकावी लागली किंवा त्यांना मागे रहावे लागले तर आपण लहान असल्याची भावना निर्माण होणे स्वाभाविक असते. सातत्याने चांगले उत्पादन कमी किंमतीला विकूनदेखील एखादा माणूस त्याचा व्यवसाय वाढवत कसा नेऊ शकतो ?

एकदा तर असे झाले, ओम प्रकाश यांच्याकडून बिल काढत असताना नजरचुकीने एका डिलरला इतरांच्या तुलनेत अधिक सवलत दिली गेली. ही गोष्ट इतर कुणाच्या लक्षात येण्यापूर्वीच ओम प्रकाश यांनी तीच किंमत अन्य डिलर्सनाही टाकून दिली. ''बिल काढत असताना चूक माझ्याकडून झालेली होती त्यामुळे माझ्या चुकीमुळे चांगला व्यवहार झाला नाही अशी भावना माझ्या कोणत्याही डिलरच्या मनात यायला नको होती.'' असे त्यांनी त्यांचे

भाऊ ब्रिजमोहन लाल यांना सांगितले होते. त्यांना भेदभाव देणारी वागणूक कधीही पसंत नसे.

ओ. पी. मुंजाल हे त्यांच्या सायकली ठरलेल्या किंमतीलाच विकत असत. ते कुणालाही लपूनछपून सुट देत नाही अथवा कुणाचेही नुकसान व्हावे असे त्यांना वाटत नाही. आजही ते स्वतःही असे करत नाहीत व इतरांनाही करू देत नाहीत. त्याचे एक बोलके उदाहरण आहे, एके दिवशी त्यांच्या एका डिलरने त्यांना एक मोठी ऑर्डर देण्याचे आश्वासन दिले होते. त्याच दिवशी शासनाच्या धोरणात बदल झाला. त्यामुळे लोखंडाच्या किंमती अचानक वाढल्या. त्यामुळे सायकलच्या किंमतीतही वाढ झाली. त्यामुळे त्या डिलरने ओम प्रकाश यांना सांगितले, की त्यांना जुन्या दरानेच सायकली दिल्या जाव्यात. परंतु ओम प्रकाश यांनी त्याला ठामपणे नकार दिला. ''आपले जे काही परस्परांचे नाते आहे ते लक्षात घेता तुम्ही मला ही सवलत देणार नाही का? '' असे त्या डिलरने विचारले आणि ओम प्रकाश यांनी त्याला 'स्पेशल रेट' दयावा व सायकलींची विक्री करावी अशी गळ घालू लागला.

''मला तुझ्याविषयी सद्‌भावना आहेत आणि तुझी काळजीही आहे. परंतु त्याचवेळी मला माझ्या सर्व डिलर्सची देखील काळजी आहे. जर मी तुला एकट्याला कमी किंमतीने दिले तर त्याच किंमतीने मला माझ्या १ हजार डिलरनाही द्यावे लागेल.'' असे ओमप्रकाश यांनी स्पष्ट केले.

ते त्यांच्या डिलरला घेऊन त्यांचाच स्पर्धक असलेल्या अॅव्हॉन सायकल्समध्ये घेऊन गेले. अॅव्हॉन त्यावेळी जुन्या दरानेच सायकलींची विक्री करत होते. त्या दराने विक्री करून बाजारपेठेतील जास्तीत जास्त भाग मिळवावा. असा त्यांचा प्रयत्न होता. त्या डिलरला अपेक्षित असणाऱ्या सवलतीच्या किंमतीमध्ये अधिकाधीक ऑर्डर कशी मिळेल यासाठी मुंजाल यांनी स्वतः प्रयत्न केला व त्याला मोठी ऑर्डर मिळवून दिली. हातात येणारी ऑर्डर घालवायला ते तयार होते, किंबहुना त्यांच्या स्पर्धक कंपनीला ते सारी ऑर्डर द्यायला तयार होते परंतु किंमतीशी कोणतीही तडजोड मात्र करायला तयार नव्हते.

ओ. पी. मुंजाल म्हणतात, निर्णय घेणे सोपे असते परंतु तुमची खरी कसोटी तेव्हाच लागते जेव्हा नुकसानाची पर्वा न करता तुम्ही निर्णयांवर आणि मुल्यांवर किती ठाम राहता... एखाद्याचे म्हणणे कदाचित असेही असेल, ''नुकसान सहन करू नका. अशावेळी नियम आणि तुम्ही प्रस्थापित केलेली

मूल्येही तोडा..'' अर्थातच अल्पावधीसाठी हा उपाय कदाचित उपयुक्त ठरेलही व विक्रीसाठी उपकारक ठरेलही. परंतु तडजोड करत राहून जेव्हा अखेरीस तुमचे गणित मांडाल तेव्हा लक्षात येईल की, त्यातून नुकसानच अधिक झाले आहे. स्पर्धेच्या मैदानातून तुम्ही आपोआपच बाहेर फेकले जाल.''

''जर तुम्ही पुढे जाऊन ठरवलेल्या गोष्टींना मुरड घालणार असाल तर मग निर्णय घेण्याला आणि मानके स्थापन करण्याला अर्थच काय उरतो? नियम आणि तत्त्व ही तुमच्या सेवेसाठी असतात. विक्रीच्या अल्पलाभासाठी आणि तडजोडीसाठी जी केविलवाणी धडपड करावी लागते त्यापासून त्या तुम्हाला वाचवतात. मला खरंच लोकांची ही मानसिकताच लक्षात येत नाही, उद्यापासून सकाळी फिरायला जायचे. असा स्वतःच्याच मनाशी निश्चय करायचा आणि स्वतःच तो मोडून टाकायचा. मग ठरवलं कशासाठी होतं? तुम्ही तुमच्याच निर्णयावर ठाम राहू शकत नाही हे तुम्ही दररोज स्वतःलाच का सिद्ध करून दाखवत राहता?

''तुमच्या दृढनिश्चयातून तुम्ही तुमचेच स्थान दाखवून देत असता आणि तुम्ही जे काही कराल त्यामध्ये त्याचे प्रतिबिंब पडत असते.'' ते आपल्या नातवंडांना कायम हा संदेश देतात. ''तुम्ही जे काही साकारले आहे त्याच्याशी तडजोडी करायला सुरुवात केलीत की तुम्हीच स्वतःला दुःखाच्या खोल दरीत ढकलून देत असता.''

२२
विनम्रतेचे आदर्श प्रतिक..

विनम्रता म्हणजे स्वतःविषयी कमी विचार करणे नव्हे, तर स्वतःला
विसरून विचार करणे.

– सी. एस. लुईस

ओम प्रकाश हे विक्रीच्या निमित्ताने विविध ठिकाणी दौऱ्यांवर जात असत.
एका अशाच दौऱ्याच्या वेळी ब्रिज मोहन लाल हे त्यांच्यासमवेत गेले. जेव्हा
नागपूरला ट्रेनच्या तिसऱ्या वर्गाच्या डब्ब्यात ते चढले तेव्हा त्यांना चांगलाच
धक्का बसला. त्यांनी ओम प्रकाशना विचारले, ''तू नेहमी असाच प्रवास
करतोस?'' ओम प्रकाश निरागसपणे म्हणाले, ''हो. काय प्रॉब्लेम आहे?''
त्यांच्या भावाला आणखी पुढचा धक्का बसला जेव्हा ते हॉटेलमध्ये गेले. तिथे
राहण्याची सुविधा एवढी सुमार दर्जाची होती, की विचारता सोय नाही.
वस्तुतः त्यांची व्यावसायिक समृद्धी इतकी होती की, ते त्यावेळी ते हॉटेल
विकतसुद्धा घेऊ शकत होते.
''तू नेहमी याच हॉटेलमध्ये राहतोस?''
''होय. छान आहे ना...'' ओम प्रकाश म्हणाले. ''हे हॉटेल स्वच्छ आहे.
शाकाहारी आहे. बाजारपेठेच्या जवळ आहे. एका रात्रीचे केवळ तीन रुपये
घेतात.''
ब्रिज मोहन लाल जेव्हा लुधियानाला परत आले तेव्हा त्यांनी प्रथमतः
व्यवस्थापकाला सूचना दिल्या की त्यांचा भाऊ केवळ पहिल्या वर्गातून
प्रवास करेल, त्याला टॅक्सी करून द्यावी, ज्यातून तो सर्व डिलर्सच्या भेटी
घेईल. आणि तो दौऱ्यावर असताना केवळ चांगल्या हॉटेलमध्येच राहील

याची दक्षता घेतली जावी.

अर्थात ओ. पी. मुंजाल यांनी त्याची कधी पर्वा केलीच नाही. तिसऱ्या वर्गातून प्रवास करतानाही ते तितकेच आनंदी असत जितके पहिल्या वर्गातून प्रवास करताना. ते कुठे राहतात, काय कपडे घालतात, कसा प्रवास करतात या गोष्टांवर त्यांचा आनंद अवलंबून नव्हता. ते कोणत्याही गोष्टीचा नव्याने अनुभव घेण्यासाठी कायम तयार असत. परिस्थिती कशीही का असेना ते नवे अनुभव घेण्यासाठी तत्पर असत. ते नेहमी कोणत्याही परिस्थितीत आनंदी राहत.

आपण सध्या एका अशा विश्वात आहोत, जिथे आपल्याला जे वाटते ते मिळेलच याची शाश्वती नसते. आपण अशा दुनियेत आहोत, जिथे आपल्या खिशात पैसे किती आहेत, त्यानुसार आपली मानसिकता तयार होते. लक्झरी आणि आरामदायीपणा ज्या भौतिक गोष्टींवर अवलंबून असतात त्यावर आपला आनंद अवलंबून असतो. परंतु खरे तर समाधानाशिवाय कोणत्याही यशाला अर्थ नसतो. कोणत्याही अनुभवासाठी स्वतःला तयार ठेवणे ही यशस्वी आयुष्याची सुरुवात असते. तुमच्या अनुभवांचे स्वतःशी विश्लेषण करण्याची क्षमता जेव्हा तुमच्यात विकसीत होईल तेव्हा परिस्थिती कशी का असेना त्याने तुमच्या आनंदात कोणताही फरक पडणार नाही.

२३
सुरक्षित भविष्यासाठी विस्तारच हवा...

सगळे बदल म्हणजे प्रगती नव्हे, प्रत्येक हालचाल म्हणजे पुढे जाणे नव्हे.
– एलेन ग्लासगो

प्रत्येकजण या ना त्या मार्गाने यशस्वी होतोच. आपण जी काही एखाद-दुसरी गोष्ट ठरवलेली असते ती आपण साध्य करतोच. परंतु पुढील अनेक विजय संपादन करण्यासाठी भविष्य सुरक्षित करायचे असेल तर त्यासाठी मात्र सातत्याने विस्तार आणि एका यशातून दुसऱ्या यशाकडे असा सातत्यपूर्ण व योग्य दिशेने प्रवास करावा लागतो.

केवळ एका कृतीची पूर्तता म्हणजे यश नसते. हेच चित्र व्यापक करण्यासाठी अधिक यश, अधिक कामे, अधिक उपक्रम, अधिक उत्पादने यांचा समावेश त्यात करावा लागतो. यशामध्ये विस्ताराचे योगदान मोठे असते. केवळ हरण्याच्या भितीमुळे अनेकजण त्यांच्या छोट्याशा विश्वातच राहणे पसंत करतात. त्यांना त्यांच्यासमोर येणाऱ्या आव्हानांची व अडथळ्यांची चांगलीच कल्पना असते परंतु आत्मविश्वास ठाम नसतो. तो सारखा वरखाली होत असतो. त्यामुळे वास्तव परिस्थितीला भिडण्यात ते अपयशी ठरतात. त्यामुळेच जिथे आहेत तिथेच राहतात.

१९८२ मध्ये एका वृत्तपत्रातील एका जाहिरातीने ब्रिज मोहन लाल यांचे लक्ष वेधले. एक होंडा नावाची जपानी कंपनी भारतामध्ये भागीदाराच्या शोधात होती. त्यांना त्यांच्या मोटरबाईक्सच्या उत्पादनासाठी चांगला भागीदार हवा होता. त्यासाठी १७ मोटरबाईक कंपन्यांनी अर्ज केलेले होते. ब्रिज मोहन लाल यांनी धाडस करून हिरो सायकल्सलाही स्पर्धेच्या रिंगणात उतरवले. त्यावेळी प्रत्येकाने त्यांना विचारले, की जगातील एक सर्वात प्रतिष्ठित

मोटरबाईक्सचा ब्रँड असलेल्या कंपनीशी भागीदारी करण्यासाठी इतक्या मोटरबाईक्स कंपन्या रांगेत असताना हे असले भलते धाडस कसे काय केले? कारण हिरो कंपनीला मोटरबाईक्स उत्पादनाचा कोणताही अनुभव नव्हता. त्यांनी उचललेले हे पाऊल एक तर खरोखर धाडसाचे होते किंवा एखाद्याच्या दृष्टीने तद्दन मूर्खपणाचे!

''माझ्यावर विश्वास ठेवा.'' त्यांनी त्यांच्या सर्व भावांना सांगितले. चर्चेला नेहमीप्रमाणे पूर्णविराम मिळाला.

मुंजाल बंधूंनी होंडा कंपनीच्या पाच जणांच्या शिष्टमंडळाची भेट घेतली. त्यांनी जपलेली व्यावसायिकता आणि भक्कम व्यावसायिक मूल्ये ही सर्व उद्योगजगतात सुपरिचित होती. त्यामुळे होंडाच्या प्रमुख प्रतिनिधीमंडळाकडून स्वागत अपेक्षित होते. पण असेही ऐकिवात आले होते, की एका भारतीय कंपनीच्या इच्छुकाने त्यांच्यासमवेत भेटीस येण्यास नियोजित वेळेपेक्षा उशीर केला होता त्यामुळे त्यांनी त्यांचा अर्ज फाडून टाकला होता व त्यांना भेट नाकारली होती.

प्रत्यक्षात झालेल्या बैठकीत ब्रिज मोहन लाल यांनी एक प्रेझेंटेशन सादर केले. हिरो कंपनीने त्यांचे सायकलींचे साम्राज्य शून्यातून कसे साकारले हे दाखवले आणि भारतातील सर्वात मोठी आणि सर्वात यशस्वी मोटरबाईक्स कंपनी स्थापन करण्याचे स्वप्नही विशद केले. परंतु त्यानंतर त्यांना जाणवले एक तगडा स्पर्धक पुढे उभाच होता. भारतातील मोटरबाईक उद्योगक्षेत्रातील सर्वात मोठी कंपनी असलेले हिंदुस्तान मोटर्सचे मालक त्यावेळी तिथे दाखल झाले. त्यामुळे अर्थातच हिरो कंपनीच्या संधी जवळपास नसल्यासारख्याच झाल्या. आदरातिथ्याचा भाग म्हणून मुंजाल यांनी होंडा कंपनीच्या प्रतिनिधींना त्यांच्या प्रकल्पाची भेट घडवून आणली. ते जे काम करतात ते दाखवणे ही मुंजाल बंधूंसाठी सर्वात अभिमानाची बाब होती. ते प्रतिनिधी मंडळ तेथील सारी यंत्रणा आणि झपाटून काम करण्याची वृत्ती पाहून कमालीचे प्रभावित झाले. परंतु मुंजाल यांची स्पर्धा ही भारतातील सर्वात मोठ्या आघाडीच्या स्पर्धकांशी असल्याने केवळ तितकेसे पुरेसे नव्हते. या दौऱ्याच्या दरम्यान प्रतिनिधी मंडळातील एकजण अचानक आजारी पडला. मुंजाल बंधूंनी त्याची अत्यंत आत्मियतेने काळजी घेतली. आदरातिथ्य दाखवले. तो दुसऱ्या दिवशी पूर्णपणे बरा झाला. ही गोष्ट मात्र त्यांना विशेष प्रभावित करून गेली. कारण ही जपानी कंपनी

अशाच समान मूल्यांवर विश्वास ठेवणारी आणि त्यांची जपणूक करणारी होती. त्यानंतर अल्पावधीतच ती अनपेक्षित घोषणा झाली. इच्छुक कंपन्यांमधील सर्वात लहान अशा कंपनीला होंडा मोटरसायकल्सने सहभागीदार म्हणून निवडले होते आणि त्यांचे हे पाऊल संपूर्ण जगभरातील त्यांच्या भागीदारींमध्ये सर्वाधीक यशस्वी ठरले!

२४

स्पर्धा तुमच्या भूतकाळाशी करा, लोकांशी नव्हे!

समाजात दोन प्रकारचे लोक असतात. एक जे फक्त काम करतात आणि दुसरे जे त्याचे श्रेय घेतात. कायम पहिल्या गटात राहण्याचा प्रयत्न करा. कारण तिथे स्पर्धा नेहमीच कमी असते.

— इंदिरा गांधी

ओम प्रकाश यांना त्यांचे स्पर्धक कोण आहेत असं विचारलंत तर ते एकच उत्तर देतील, 'कुणीही नाही.' ते कुणाशीही स्पर्धा करत नाहीत. त्यांना कुणाहीपेक्षा चांगले बनण्याची चढाओढ नाही. ते त्या खेळात सहभागीच होत नाही. उद्योगजगतातील सारे स्पर्धक त्यांचे चांगले मित्र आहेत. उर्वरीत जगाच्या दृष्टीने ॲव्हॉन, ॲटलस, हर्क्युलस आणि इतर सारे हिरो कंपनीचे स्पर्धकच आहेत. परंतु ओ. पी. मुंजाल यांच्यासाठी तसे अजिबात नाही. ॲव्हॉनचे मालक श्री. पाहवा हे त्यांचे अत्यंत जिवलग मित्र आहेत. ते अनेकदा जेवायला एकत्र जातात. उद्योगक्षेत्रातील अनेक निर्णय ते अनेकदा मिळून घेतात. ओम प्रकाश हे एखाद्या व्यावसायिक समारंभासाठी जात असतील तर जाताना ते श्री. पाहवा यांना सोबत घेऊन जातात. ओम प्रकाश यांना संपूर्ण उद्योगक्षेत्राचा विकास साधायचा असतो आणि त्याच्याशी संबंधित प्रत्येक घटकाचे भले व्हावे अशी त्यांची मनापासून इच्छा असते. एखाद्याचे नुकसान करून त्याला दूर करणे अथवा लहान म्हणून एखाद्याला झोडपून काढणे ही त्यांची यशाची व्याख्याच नाही. ते तर त्यांच्या स्पर्धक असलेल्या एखाद्याच्या मुलालाही तितक्याच आत्मीयतेने मार्गदर्शन करतात आणि त्याला व्यापारातील अनेक क्लृप्त्या शिकवतात.

सध्याच्या कॉर्पोरेट संस्कृतीमध्ये मूल्यांची घसरण इतकी वेगाने होत आहे की, त्यातून अनेक कंपन्यांची दृष्टीच विचित्र बनलेली आहे. आपली कंपनी मोठी व्हावी म्हणून इतर कंपन्यांना छोटे करण्यासाठी मोठ्या 'मार्केटिंग फंडे' करण्याची चढाओढ लागलेली असते. इथे प्रत्येकजण स्वतःला दुसऱ्यापेक्षा अधिक चांगला दाखवण्यात गुंतलेला असतो. परंतु ओ. पी. मुंजाल हे उद्योगविश्वात या साऱ्यासाठी निर्विवादपणे अपवाद आहेत. ते स्वतःला सर्वोत्तम बनवण्याचा प्रयत्न जरूर करतात. त्यांना स्वतःचेच यापूर्वीचे विक्रम तोडायलाही आवडतात आणि स्वतःचे सर्वोत्कृष्ट मानक स्थापन करायलाही आवडतात. परंतु ते स्वतःची कधीही दुसऱ्यांबरोबर तुलना करत नाहीत. 'दुसऱ्यांसारखे बनण्याचा कधीही प्रयत्न करू नका... परंतु तुमच्यादृष्टीने जे सर्वोत्तम असेल ते बनण्याचा जरुर प्रयत्न करा.' असे त्यांचे जीवनाचे तत्त्वज्ञान आहे.

उद्योगक्षेत्राशी संबंधित कोणतेही धोरणात्मक निर्णय घेत असताना मुंजाल त्यांच्या सर्व समव्यावसायिकांना सोबत घेतात. किंमती, कर आणि धोरणात्मक बाबी यांच्यासाठी ते त्यांना सहभागी करून घेतात. त्यांच्या दृष्टीने संपूर्ण सायकल उद्योगविश्वाचा चांगला विकास होणे आवश्यक आहे. त्यामुळे त्याच्या संबंधित प्रत्येक घटकाचीप्रगती होऊ शकते. त्यांनी त्यांचे साम्राज्य हे पारदर्शकतेने उभे केले आहे. त्यामुळे काय सुरू आहे, याची माहिती प्रत्येकाला असते आणि त्यामुळेच प्रगतीशील आणि सुयोग्य असे निर्णय एकत्रितपणे घेणे शक्य होते.

स्पर्धक कंपन्यांना सक्षम होण्यासाठी, त्यांची कार्यवाही सुरळीत होण्यासाठी आणि उत्पादने चांगली होण्यासाठी ते अनेकदा स्पर्धकांना सल्ले देतात. 'हिरो सायकल्स जेव्हा बाजारपेठेत दाखल झाले तेव्हा अर्थातच ते आम्ही त्यांच्यापेक्षा मोठे होतो. परंतु नंतर त्यांना बाजारपेठेत वर्चस्व प्रस्थापित केले. ते आमच्याशी स्पर्धा करून नव्हे. ते बाजारपेठेत वर्चस्व प्रस्थापित करू शकले, ते त्यांच्या सामंजस्याच्या बळावर, त्यांच्या एकीच्या बळावर आणि त्यांच्या स्वतःच्या व्हीजनमुळे. ते असण्याची आम्हाला कधीही भीती वाटली नाही. उलट आम्हाला सुरक्षित वाटले. आपण बाहेर फेकले जाऊ असे कधीही वाटले नाही उलट आम्ही सहभागीदार आहोत अशी भावना दृढ होत गेली. मैत्रीची जी मूल्ये जपलेली असतात तीच व्यावसायिक मूल्ये निर्धारीत करत असतात. जर त्यांच्या एखाद्या वितरकाच्या मुलाचे लग्न

असेल तर ओपी मला सोबत घेतील आणि त्यांच्याकडे आम्ही मिळून जात असू.दोन स्पर्धक छान मित्राप्रमाणे एकत्रितपणे सोबत येतात आणि सोबत जातात. हे उदयोगविश्वातील दुर्मिळ उदाहरण ठरावे. भारतातील सायकलक्षेत्राचा आधारस्तंभ म्हणजे ओ.पी. मुंजाल आहेत. या क्षेत्राला कोणतीही झळ लागू नये यासाठी ते संरक्षक कवच आहेत. ते स्वतः चटके सहन करतील परंतु तुम्हाला शीतल छायेमध्ये ठेवतील. त्यांना मी निश्चितच माझा स्पर्धक मानत नाही. ते माझे एक चांगले मित्र आहेत. माझे विश्वासू मार्गदर्शक आहेत, इतके विश्वासू की, ज्यांच्या बळावर मी आयुष्यभर विसंबून राहू शकतो.'' अशी मत श्री. पाहवा यांची भावना आहे.

ओ. पी. मुंजाल यांच्या शब्दांत सांगायचे तर, मित्रांना किंवा तुमचे अनुयायी असलेल्या विद्यार्थ्यांना कधीही स्पर्धक बनवू नका. मैत्री इतके सुरेख नाते जगात दुसरे कोणतेही नाही. तुम्ही स्वतःसाठी एक उद्दिष्टे निश्चित करा आणि प्राप्त करण्यासाठी मनापासून प्रयत्न करा. तुमच्यापेक्षा एखाद्याला जास्त मिळाले किंवा कमी मिळाले तरीही त्याने तुम्हाला फरक पडू नये. तुम्ही तुम्हाला काय अपेक्षित आहे ते ठरवा आणि त्यानंतर ते मिळवण्याचा प्रयत्न करा. जर त्या प्रयत्नांतून तुम्ही सर्वोच्च स्थानी पोहोचलात तर तो केवळ सहजतेने घडलेली बाब मानावी. केवळ दुसऱ्याला दाखवण्यासाठी प्रकाशमान राहण्याचा प्रयत्न करू नका. असा प्रकाश फार काळ टिकून राहत नाही.'

आर्थिकदृष्ट्या परिणाम भोगावे लागू शकतील अशा स्पर्धकांपर्यंतही जेव्हा तुमचा शुद्ध भाव पोहोचतो. तेव्हा तुम्ही व्यावसायिक चक्राच्या रेषेपलिकडे जाता आणि मग प्रवास सुरू होतो व्यावसायिक महानतेचा!

२५
तुमच्या सोबत काम करणाऱ्या लोकांची स्वप्ने जपा

आपल्या आयुष्याचे मुख्य ध्येय दुसऱ्यांना मदत करणे हेच असायला हवे. आणि जर तुम्ही त्यांना मदत करू शकत नसाल, तर त्यांना किमान दुखवू तरी नका.

– दलाई लामा

चार भावांनी मिळून सुरू केलेल्या रोपट्याचे रुपांतर वटवृक्षात झाले. हिरो सायकल्समध्ये आजच्या घडीला ३५०० कर्मचारी काम करतात. ओ. पी. मुंजाल हे त्यातील प्रत्येकाला नावाने ओळखतात.

एके दिवशी फॅक्टरीमध्ये राऊंड मारत असताना ओ. पी. मुंजाल यांनी एका रात्रपाळीत काम करणाऱ्या कर्मचाऱ्याला पाहिले. त्यांनी त्याला विचारले, 'तुझी कामाची शिफ्ट बदलली आहे का?'

तो म्हणाला, 'नाही, छोटे बाऊजी. मी दोन शिफ्टमध्ये काम करतोय.'

रात्रपाळीचे काम करण्यासाठी तो घरी जाऊन आराम का करत नाही, असे ओम प्रकाश यांनी त्या कर्मचाऱ्याला विचारले असता त्याने सांगितले, की त्याच्या मुलांनी इंग्रजी माध्यमाच्या शाळेत शिकावे. त्यासाठी तो दोन शिफ्टमध्ये काम करत होता. दोन महिन्यानंतर होणाऱ्या शाळेच्या प्रवेशासाठी त्याला पैसे साठवायचे होते. ओम प्रकाश यांनी त्या कर्मचाऱ्याचे हात हातात घेतले आणि त्याला म्हणाले, 'तुझे स्वप्न ते माझेही स्वप्न! तुझी मुले जेव्हा इंग्रजी शिकून तुझ्याशी इंग्रजीत बोलायला लागतील तेव्हा तू चांगल्या स्थितीत असायला हवास ना. तुझ्या स्वप्नासोबत जग. त्या स्वप्नासाठी स्वतःला मारू नकोस.'

ओम प्रकाश यांनी त्या कर्मचाऱ्याला आराम करण्यासाठी घरी पाठवले. त्यांनी तातडीने त्यांच्या व्यवस्थापकाला आवश्यक त्या सूचना दिल्या आणि त्याच्या मुलांना इंग्रजी शाळेतील प्रवेशाची प्रक्रिया पूर्ण करण्यास व फी भरण्यास सांगितले. याच गोष्टीसाठी त्या मुलांचे वडिल त्यांची झोप आणि आरोग्य या दोन्ही गोष्टींचा त्याग करायला तयार होते त्यातून ओम प्रकाश यांनी तत्काळ मार्ग काढला. त्या मुलाच्या प्रवेशाचे पैसे ओमप्रकाश यांनी स्वतःच्या खात्यातून जमा केले. या सूचना देत असताना त्याची जाहिर वाच्यता कुठेही केली जाऊ नये याची सूचनाही त्यांनी केली. त्यांच्या कंपनीमध्ये वेळेची, प्रयत्नांची आणि संपूर्ण आयुष्याची गुंतवणूक करून सेवा करणाऱ्या एका कर्मचाऱ्याचे स्वप्न त्यांनी प्रत्यक्षात आणून दाखवले.

वर्षभराची रक्कम आगाऊ मिळाली तर त्यांचा कर्मचारी पळून जाईल की काय याची ओम प्रकाश यांना अजिबात भीती वाटत नसे. ते अगदी सहजतेने त्यांच्या कर्मचाऱ्यांसाठी मदतीचा हात पुढे करत असत. लोक त्यांच्याकडे पाठ फिरवतील आणि त्यांना फसवतील याची त्यांना अजिबात भीती नसायची. त्यांची एक श्रद्धा होती... अशी श्रद्धा जी चांगुलपणातून त्याचा मार्ग शोधत पुन्हा त्यांच्याकडे येईल.

जर त्यांना स्वतःच्या स्वपनांमध्येच आशेचा प्रकाश दिसला नाही तर मी त्यांना माझ्या कंपनीचे जे काही व्हीजन माझ्या समोर आहे ते दिसावे अशी अपेक्षा कशी धरू शकेन? असे एक उद्दिष्ट जे त्यांना त्यांच्या घरातून बाहेर निघून कामावर येण्यासाठी प्रवृत्त करेल? मी तेच देतो जे मला अपेक्षित असते.'

व्यक्तिगत स्वप्नांबाबत ओ. पी. मुंजाल यांचे हे तत्त्वज्ञान आहे. लोक काम करायला येतात ते त्यांची स्वप्ने पूर्ण करण्यासाठी. ते कामावर येतात कारण त्यांचे आयुष्य चांगले व्हावे अशी त्यांची इच्छा असते. त्याद्वारे त्यांच्यामागे जे काही लोक असतात त्यांचे आयुष्य चांगले व्हावे अशीही त्यांची इच्छा असते. जर मालकाने त्यांना ही ग्वाही दिली की त्यांच्या लोकांची स्वप्ने पूर्ण होतील तर ते लोकसुद्धा कंपनीच्या प्रत्येक स्वप्नासाठी मनापासून झगडतात. प्रयत्न करतात.

लोकांना त्यांचे काम सर्वोत्तम करण्यासाठी कोणती गोष्ट प्रेरणा देत असते? आपल्या टीमला सतत प्रेरणादायी ठेवण्यासाठी काय करावे लागते? कर्मचारी जी उद्दिष्टं, स्वप्न आणि व्हीजन घेऊन कामावर येत असतो

त्याच्यात त्याचे उत्तर दडलेले असते. हे जिथे नेमकेपणाने जाणले जाते तिथे लोकांना काम करण्याची प्रेरणा मिळते. लोक कामावर येतात कारण त्यांना त्यांची आणि त्यांच्या कुटुंबियांची स्वप्ने पूर्ण करायची असतात. तेच त्यांचे प्रमुख उद्दिष्ट असते. जेव्हा तुम्ही त्या उद्दिष्टालाच बळ देण्याचा प्रयत्न करता तेव्हा तेही त्यांचे सर्वोत्तम असे योगदान देण्याचा प्रयत्न करतात. कंपनीचे व्हीजन आपले मानून त्यासाठी योगदान देऊ लागतात. आणि जेव्हा खुद्द मालकच आपले कर्मचारी आणि त्यांच्या आयुष्यामध्ये रस घेतो आणि त्यांच्या अपेक्षा जाणून घेतो व त्याप्रमाणे त्यांच्या पूर्ततेसाठी मदतीचा हात पुढे करतो तेव्हा कंपनीच्या कामगिरीत जादूई फरक पडायला सुरुवात होते. जेव्हा स्वतः मालक त्यांच्या स्वप्नांची इतक्या आस्थेने काळजी घेत असेल तेव्हा कोणता कर्मचारी त्याच्या कामामध्ये कसूर करेल? झपाटलेपणाने काम केल्यानंतर गुणवत्ता हा त्याचा निष्कर्ष असतो. एकाग्र होऊन केलेले काम आणि पूर्ण हृदय ओतून केलेली कृती यांचा परिपाक म्हणजे ती गुणवत्ता असते. कितीही अडचणी आल्या तरीही त्याची पूर्तता करण्याचा निर्धार म्हणजे गुणवत्ता असते. जेव्हा कंपनीचा अध्यक्ष स्वतः कर्मचाऱ्यांची स्वप्ने, उद्दिष्टे आणि त्यांचे व्यक्तिगत व्हीजन आपल्या हातांत जपून ठेवतो तेव्हा गुणवत्तेच्या दिशेने आणि अतुलनीय अशा यशाकडे नक्की प्रवास सुरू होतो.

२६
ग्राहकांना कधीही फसवू नका.

स्वतःला शोधण्याचा सर्वांत चांगला मार्ग म्हणजे, दुसऱ्यांच्या सेवेत
स्वतःला विसरून जाणे.

— महात्मा गांधी

ओ. पी. मुंजाल हे जेव्हा फॅक्टरीमध्ये जातात तेव्हा ते सर्वप्रथम रिटर्न्सच्या
विभागात पाऊल ठेवतात. त्याठिकाणी परत आलेल्या सायकली
स्वीकारल्या जात असतात. त्यांना जाणून घ्यायचे असते की आपल्या
उत्पादनामध्ये ग्राहकाला कोणती कमतरता जाणवली? त्यामुळे कोणत्या
गोष्टी जोडणे आवश्यक आहे अथवा बदलणे आवश्यक आहे हे तिथून
कळते व त्याद्वारे कंपनीचा विकास आणि प्रगती कायम होत राहिल असा
त्यांचा योग्य दृष्टिकोन होता. तक्रारी आल्या तरीही ते संयमाने ऐकून घेतात
आणि टीका झाली तरीही ती खिलाडूपणाने पचवतात. त्यांना केवळ एकाच
गोष्टीची हमी हवी असते ती म्हणजे त्यांचे उत्पादन हे जगातील सर्वोत्तम
गुणवत्तेचे उत्पादन आहे.
हिरो सायकल्स विक्रीनंतर कमीत कमी वॉरंटी प्रदान करते परंतु प्रत्येक
परत आलेली सायकल विनातक्रार व कोणतेही प्रश्न उपस्थित न करता
परत घेतली जाते. वॉरंटी संपल्यानंतर देखील ग्राहकसेवेबाबतचे ओम
प्रकाश यांचे जे तत्त्वज्ञान आहे तेच यामागं आहे.
मी ज्यांच्यासाठी काम करतो ते माझे लोक जर माझ्या कामाविषयी
असमाधानी असतील तर मी देखील माझ्या कामाविषयी आनंदी कसा राहू
शकेन? अशा वेळी मी कायदेशीर बाबी पाहण्याच्या फंदात न पडता

तत्काळ त्यांना वस्तू बदलून देतो. कारण समाधान ही काही कायदेशीर बाब नाही. पुढे काम करू शकेल अशी गोष्ट ग्राहकाच्या हातात अत्यंत विश्वासाने देत असतो.

परत आलेल्या सर्व सायकली ते स्वतः बारकाईने पाहतात. ते प्रत्येक त्रुटीचे बारकाईने निरीक्षण करतात व त्याच्या नोंदी ठेवतात. श्री. सैनी हे त्यांचे खरेदीचे प्रमुख तिथे व्हेंडर्स लिस्ट आणि कॉर्डलेस फोन घेऊन उभे असतात. त्यानंतर ते संबंधित व्हेंडरला फोन लावतात आणि त्यांची नाराजी व्यक्त करतात. अनेकदा त्यामध्ये संतापही व्यक्त होत असतो. बऱ्याचदा हा एकच कॉल त्यांना सावध करून कार्यप्रवण करण्यासाठी पुरेसा असतो. पुढच्या वेळी त्यांना थेट फॅक्टरीमध्येच बोलावून ती प्रक्रिया नीटपणाने दाखवतात. पुन्हा ती समस्या उद्भवूच नये असा नेहमी प्रयत्न असतो.

१९७५ मध्ये ओमप्रकाश हे मसूरी येथे एका परिषदेच्या निमित्ताने गेले होते. त्या कार्यक्रमात उच्च दर्जाची उत्पादने आणि सेवा यांचे महत्त्व अधोरेखीत करण्यात आले होते. त्यांना जाणीव झाली, की सायकलींचा दर्जा उंचावणे गरजेचे असून तो आंतरराष्ट्रीय दर्जाच्या सायकलींच्या बरोबर नेऊन ठेवायला हवा. ज्या दिवशी ते परत आले त्याच दिवशी त्यांनी सुरू असलेले उत्पादन थांबवले. त्यांना अपेक्षित असणारे गुणवत्तेचे मानक त्यांनी सर्वांना सांगितले व त्याची तत्काळ अंमलबजावणी करण्याच्या सूचना केल्या. इतकेच नव्हे तर अद्याप विकल्या गेलेल्या नव्हत्या अशा सर्व सायकली त्यांनी बाजारातून तातडीने परत मागवून घेतल्या. त्यांच्या संचालक मंडळाने असा सल्ला दिला की, नव्याने येणाऱ्या सायकलींसाठी सुधारित दर्जाने उत्पादने करणे सोयीचे ठरेल व बाजारपेठेत सध्या विक्री झालेली उत्पादने पुन्हा परत मागवण्याचा निर्णय आर्थिक दृष्टीने अव्यवहार्य ठरेल. परंतु ओम प्रकाश यांना त्या उत्पादनातील त्रुटी नेमकेपणाने लक्षात आलेली होती आणि त्यामुळे त्यातून निर्माण होऊ शकणाऱ्या गुंतागुतीच्या संभाव्य धोक्याकडे दुर्लक्ष करण्यास ते तयार नव्हते.

मला माहीत झालेल्या सत्याबरोबर राहणे माझ्यासाठी आवश्यक होते. मी यापेक्षा अधिक चांगले करू शकलो असतो हे ग्राहकाला माहीत आहे की नाही याचा इथे विषयच नाही. मुद्दा असा आहे, ते मला माहित आहे. मी आहेत्यापेक्षा अधिक चांगले उत्पादन तयार करू शकतो, हे मला माहीत

असेल तर मी त्याच्याकडे असेच दुर्लक्ष कसा करू?

त्यांनी बाजारपेठेतील स्टॉकमधील सर्व सायकली परत मागवल्या आणि नव्या, अधिक विकसित केलेल्या आंतरराष्ट्रीय दर्जाच्या सायकलींशी बरोबरी करणाऱ्या सायकली त्याच्याबदल्यात दिल्या. हिरो सायकल्ससाठी हा खऱ्या अर्थाने टर्निंग पॉईंट होता. कारण या एका बदलामुळे कंपनी जागतिक स्तरावरच्या बाजारपेठेत दाखल झाली. कंपन्या आपल्याला किती वेळा फसवतात? अनेकदा उत्पादनांच्या बाबतीत आपली किती फसवणूक होते? कष्टाची कमाई बोगस उत्पादनांवर खर्च झाल्याने, विश्वासालाच तडा गेल्यामुळे ग्राहक न्यायालयांत ग्राहकांच्या तक्रारींचा खच पडतो. नुकसान झालेली किंवा त्रुटी असलेली उत्पादने ग्राहकांना देताना त्यांच्या जीवनावर त्याचा विपरीत परिणाम होऊ शकतो याची साधी जाणीवही अनेक कंपन्यांमध्ये नसते. आपल्याकडे म्हटले जाते, की युद्धात आणि प्रेमात सारे काही क्षम्य असते. पण याचा दुसरा अर्थ असा आपण सुचवू पाहतो का, की अयोग्य आणि अन्याय गोष्टीही आपल्याला त्यात मान्य आहेत आणि हेच तत्त्वज्ञान पुढे व्यवसायालाही लावले जाऊ शकते. सध्याच्या काळात तर एक निकोप स्पर्धा आणि न्याय भूमिका या गोष्टी व्यवसायात दुर्मिळ होत चालल्या आहेत. परंतु हिरो सायकल्स मात्र या साऱ्याला अपवाद आहे. इतर कंपन्यांतील मूल्यांची घसरण होत असताना ही कंपनी मात्र त्यांची मूल्ये सातत्याने वर नेण्याच्या प्रयत्नांत असते.

श्री. बावा अभिमानाने सांगतात, आम्ही १९५६ मध्ये सुरुवात केली. त्यावेळी आम्ही वर्षाला ७५०० सायकली बनवत होतो. आणि आता या फॅक्टरीमध्ये एका वर्षात ६० लाख सायकली बनवल्या जातात. आम्ही बिहारमध्ये एक नवीन प्रकल्प सुरू करत आहोत व तो जानेवारी २०१४ पासून कार्यान्वित झालेला असेल. त्यापाठोपाठ लुधियानातील मंगली येथे आम्ही आणखी एक प्रकल्प सुरू करत आहोत. इतकेच नव्हे आम्ही नुकतेच आमचे पहिले फ्लॅगशिप स्टोअर हिरो वन या नावाने दिल्लीमध्ये सुरू केलेले आहे. स्वतःच्या रिटेल फ्रँचायजी सुरू करून आम्ही सायकली खरेदी करणे आणि विक्री करणे या गोष्टी अधिक आनंददायी बनवू पाहत आहोत.

२७
जस्ट-इन-टाईम

जोपर्यंत तुम्ही स्वतःचे महत्त्व जाणत नाही तोपर्यंत तुम्ही तुमच्या वेळेची किंमत करणार नाही. जोपर्यंत तुम्ही तुमच्या वेळेची किंमत जाणत नाही तोपर्यंत तुम्ही त्या वेळेत काहीही करू शकणार नाहीत.

–एम. स्कॉट पेक

हिरो सायकल्समध्ये दिवसाअखेरपर्यंत तयार केलेली उत्पादने ठेवून दिली जात नाहीत. 'जस्ट इन टाईम इन्व्हेंटरी' या कार्यपद्धतीवर हिरो सायकल्सचा विश्वास आहे.

श्री. बावा सांगतात, ज्या क्षणी सायकली शेवटच्या शॉप फ्लोअरवर तयार होऊन येतात त्यानंतर लगचेच त्या ट्रकमध्ये भरल्या जातात. आम्ही त्यामुळेच वेअरहाऊस बनवलेलेच नाही. सर्व ट्रक त्यांच्या वितरणाच्या ठिकाणी जाण्यासाठी दररोज सायंकाळी रवाना होतात. वेअरहाऊसिंगचा खर्च लक्षात घेता, जर सायकली, उत्पादने बनवून ठेवून द्यायचे धोरण स्वीकारले तर आमच्या सायकली कुणाला परवडणारच नाहीत.

एका दिवसात २० हजार सायकलींचे उत्पादन हे एक आव्हान आहेच. परंतु तितक्याच सायकलींचे त्याच दिवशी वितरण करणे हे देखील एक मोठेच आव्हान आहे. शॉप फ्लोअर त्याच दिवशी रिकामा करणे भाग असते. वाट पाहणारी तयार बाजारपेठ, प्रस्थापित ग्राहक आणि स्थिर विक्री केंद्रे यांच्या बळावरच हे होऊ शकते व यामागे असणारा एखादा जिनियसच हे करू शकतो! ही खरी सेल्समनशिप ! खरा सेल्समन तोच असतो जो आधी ज्यांना वस्तू विकून ग्राहक बनवतो त्यांना पुन्हा ग्राहक बनवण्यात यशस्वी

ठरतो किंवा असे ग्राहक आयुष्यभरासाठी जोडून ठेवू शकतो. हिरो कंपनीने एक सक्षम अशी ग्राहकांची फळी तयार केलेली आहे आणि त्याचा विस्तार सातत्याने वाढतो आहे.

आम्ही जे काही मटेरियल वापरतो ते ठेवण्यासाठी देखील आम्ही साठवण्याची काही विशेष सोय केलेली नाही. असे बावा सांगतात, ते म्हणतात, कच्च्या मालाचा दर तीन तासांनी पुरवठा होत राहतो. त्याचा तत्काळ वापर करून उत्पादनासाठी ते घेतले जाते. दिवस संपत असताना थेट तयार उत्पादनेच बाहेर पडत असतात. ही उत्पादनाची जपानी पद्धत आहे. या प्रकारे जस्ट इन टाईम इन्व्हेंटरी या पद्धतीचा यशस्वीरितीने अवलंब करून त्यात प्रावीण्य प्राप्त केलेली हिरो सायकल्स ही भारतातील एकमात्र कंपनी आहे. माल येतो, माल वापरला जातो, त्यातून सायकली तयार केल्या जातात आणि तातडीने सायकली विक्रीसाठी पाठवल्या जातात... हे सारे काही फक्त एका दिवसात!

उत्पादनाचे धोरण स्पष्ट करणारा एकच शब्द शॉप फ्लोअरच्या भिंतींवर लावलेला दिसतो.. तो म्हणजे गती.. अर्थात वेग. हिरो सायकल्समध्ये प्रत्येक गोष्ट आणि त्याबरोबर प्रत्येकजण सतत कार्यरत असतो.

२८
पाठीवर पुरस्काराची थाप

मनापासून अथक परिश्रम करणाऱ्या व्यक्तीसाठी त्या श्रमातून काय मिळते यापेक्षा त्या श्रमातून ते काय बनले हा खरा पुरस्कार असतो.

– जॉन रस्कीन

चांगल्या कामाचे कौतुक करण्यास ओम प्रकाश कधीही विसरत नाहीत. चांगल्या रितीने केलेले एखादे काम, धाडसाने टाकलेले पाऊल, झपाटून काम करणे यापैकी काहीही असेल तरी त्याला प्रोत्साहनाची थाप आवर्जून दिली जातेच. त्यांच्यातील चांगुलपणा लपून राहूच शकत नाही. चांगल्या केलेल्या कामासाठी कर्मचाऱ्यांचा दहा रुपयांची नोट देऊन गौरव करायचा ही त्यांनी अनेक वर्षांपासून लावून घेतलेली सवय आहे. आर्थिकदृष्ट्या विचार केला तर ही काही फार मोठी किंमत नाही. परंतु तरीही त्यांच्याकडून पुरस्कार मिळावा यासाठी लोक उत्सुक असतात. जेव्हा चांगल्या कामाचे कौतुक केले जाते तेव्हा कार्यक्षमता वाढत जाते.

हिरो सायकल्समध्ये अनेक कर्मचाऱ्यांना अशी दहा रुपयांची नोट मिळते, मिळालेली आहे. परंतु हे कर्मचारी ती नोट कधीही खर्च करत नाहीत. जपून ठेवतात. मुंजाल नेहमी चांगल्या कामाचा शोध घेतात आणि जेव्हा त्यांना चांगले काम चांगुलपणा दिसून येतो तेव्हा त्या माणसा दहा रुपयांची नोट देतात. ते सांगतात, ही छोट्या बाऊजींची नोट आहे. छोटे बाऊजींची दहा रुपयांची नोट मिळणे हा फार मोठा मान समजला जातो.

जेव्हा कुणीही नविन माणूस कंपनीत येतो. मग तो मित्र असो वा परिवारातील सदस्य किंवा व्यावसायिक सहकारी, ओम प्रकाश नविन

माणसाची प्रत्येकाशी ओळख करून देतात. ते त्यांच्या कर्मचाऱ्यांच्या कष्टांचे कौतुक करायला कधीही विसरत नाहीत आणि त्यांनी मिळवलेल्या यशाबद्दल स्तुती करताना थकत नाहीत. त्यामुळे त्यांच्या सर्व लोकांना आपण महत्त्वाचे आहोत आणि चांगले आहोत अशी भावना निर्माण होते. आपण जे काही करत आहोत त्याची दखल इतक्या चांगल्या प्रकारे घेतली जाते हे लक्षात आल्याने ते कामावर परत जात असताना त्यांची छाती अभिमानाने फुलून आलेली असते.

गौरव करण्याची ही त्यांची अखंडीत अशी परंपराच आहे म्हणा ना!

२९
तुमची टीम आणि तुमच्या पाठराख्यांना कधीही अपयशी होऊ देऊ नका

काही आनंदाच्या क्षणांइतकेच एखादा विश्वासू व्यक्तीचे अस्तित्व एकसारखे असते.
– जॉर्ज मॅकडोनल्ड

१९८० ला एके दिवशी ओम प्रकाश यांना एक दूरध्वनी आला आणि त्यांना माहिती मिळाली की, त्यांच्या एका डिलरची संपूर्ण ऑर्डर एका अपघातात नष्ट झाली. हिरो सायकल्सने भरलेला ट्रक डिलरकडून रिटेलरकडे जात असताना ट्रकचा मोठा अपघात झाला होता. त्या काळी वाहतुकीसाठी कोणताही विमा दिला जात नव्हता. त्यामुळे जर अपघातामध्ये सायकलींचे नुकसान झाले तर तो सरळसरळ तोटा होता. ओम प्रकाश यांनी त्यांच्या मॅनेजरला पहिला प्रश्न विचारला, ''त्या ट्रकचा ड्रायव्हर ठीक आहे का?'' ज्या ड्रायव्हरला ते कधीही भेटले नव्हते किंवा पाहिलेही नव्हते त्याच्या आयुष्याची प्रथमतः त्यांना काळजी होती. त्यानंतर त्यांनी एकूण नुकसान किती झाले आहे याचा आढावा घेण्यास सांगितले आणि त्या संबंधित डिलरला संपूर्णतः नवीन ऑर्डर पाठवण्यास सांगितले. खरं तर त्याच्या डिलरकडून वितरण होताना झालेले हे नुकसान होते व त्यामुळे ही काही कंपनीची चूक नव्हती. तरीही त्यांचे मत स्पष्ट होते, ''त्याची चूक ती माझी चूक.''

ओम प्रकाश इतक्या आत्मियतेने लोकांसाठी काही गोष्टी करातात आणि त्यांच्या आयुष्यात समरस होतात की ती माणसे आयुष्यभर त्यांच्या ऋणात राहतात. अगदी दारु पिऊन ट्रक चालवणाऱ्या ड्रायव्हरकडून देखील जर

काही चूक झाली तरी त्याचा दोष आपल्या डिलर्सवर येणार नाही याची पूर्ण काळजी ते घेतात.

एकदा तर हिरो कंपनीतून निवृत्त होऊन सात वर्षे झालेल्या एका कर्मचाऱ्यांवर हदयाची शस्त्रक्रिया करण्यात येत होती. ओम प्रकाश यांना ही माहिती समजताच त्यांनी तातडीने तिथे आपल्या मॅनेजरला पाठवले. त्याच्या शस्त्रक्रियेसाठी लागणारे सर्व पैसे त्यांनी त्यावेळी दिले. अत्यंत भारावलेला कर्मचारी शस्त्रक्रियेनंतर ओम प्रकाश यांना भेटायला आवर्जून आला व सद्‌गदित होऊन त्याने ओम प्रकाश यांचे आभार मानले.

त्यावर ते म्हणाले, जेव्हा तू धडधाकट होतास तेव्हा तू जीव ओतून माझ्यासाठी सेवा करत होतास. आता मी तुझ्या त्या सेवेचेच मोल परत देण्याचा प्रयत्न करत आहे. सेवेला कधीही 'एक्स्पायरी डेट' नसते.

त्या निवृत्त कर्मचाऱ्याने सांगितले की, ओम प्रकाश यांनी हिरो सायकल्ससाठी यशाचा मार्ग आखून दिला होता. त्यांनी सायकलच्या विश्वामध्ये त्यांचे हृदय आणि आत्मा प्रस्थापित केलेला आहे. ते कायम झाडाचे मूळ बनून खाली राहू इच्छितात आणि ते इतर शाखांना सूर्यप्रकाश आणि फळांचा आनंद देऊ पाहतात.

ते वेळ काटेकोरपणे पाळतात. माल पोहोचवण्यामध्ये कधीही उशीर करत नाहीत. त्यांचे लोक उत्पादन निर्मितीत कधीही उशीर करत नाहीत. त्यांच्याकडे कधीही पैशांसाठी तगादा लावावा लागत नाही. पेमेंट्स वेळेतच होतात.

''जेव्हा तुम्ही एखाद्याला द्यायचे पैसे अडकवून ठेवता तेव्हा त्याने तुमच्याकडून मिळणाऱ्या पैशांच्या भरवशावर दुसरीकडे दिलेला शब्द असतो तो खाली पडत असतो. जेव्हा तुम्ही पेमेंट देण्यास उशीर करता तेव्हा तुमच्या पैसे न देण्याच्या अक्षमतेमुळे त्या माणसाची प्रतिष्ठा दुसऱ्याच्या नजरेत घसरलेली असते.

कोणत्याही गोष्टीला उशीर होण्याची शक्यता असते त्यासाठी एक बॅक अप प्लॅन असावा लागतो. सर्व आव्हानांना पूर्वनियोजनाने सामोरे गेले तर कधीही कुणाचाही वेळ वाया जात नाही आणि पेमेंट देण्यास उशीर होत नाही.'', असे मुंजाल सांगतात.

३०
त्यांचा केवळ शब्द पुरेसा...

नेहमी जास्त गोष्टींचे आश्वासन द्या आणि त्यापेक्षा अधिक द्या.
— अँथनी जे. डी अँजेलो

ओमप्रकाश यांच्या खिशात नेहमी एक छोटी डायरी असते. त्यामध्ये ते दिवसभरातील त्यांचे नियोजन लिहून काढत असतात. त्या नोटबुकला ते कृती करायची डायरी म्हणतात. खिशात मावेल अशा डायरीला एक छोटेसे पेनही लावलेले असते. ते ही डायरी त्यांच्या खिशामध्ये कायम ठेवतात आणि करायच्या कामांची यादी त्यामध्ये सातत्याने लिहित असतात. घरी असताना देखील ते ही डायरी त्यांच्या टेबलजवळच ठेवतात. अगदी मध्यरात्री देखिल एखादी महत्त्वाची गोष्ट त्यांना आठवली तर ते त्यामध्ये ती नोंदवून ठेवतात. सकाळी ते सर्वप्रथम श्री. बावा यांना कार्यालयात फोन करून त्यांनी नोंदवलेल्या गोष्टी सांगतात. श्री. बावा हे त्यांच्या नोंदींवरून तत्परतेने काम करण्यात आता चांगलेच तरबेज झाले आहेत.

त्यांनी त्यांच्या डायरीमध्ये जे लिहिलेले असेल ते १०० टक्के होतेच. दररोज सकाळी ते कामावर जाण्यापूर्वी त्यांच्या वहीमध्ये कोणती कामे आज दिवसभरात पूर्ण करायची यांची तपशीलवार यादी करतात. पुन्हा सायंकाळी ऑफिसमधून बाहेर पडताना ती सारी कामे झालेली असतील असा त्यांचा प्रयत्न असतो. संपूर्ण यादीवर दररोज टीक मार्क केलेल्या असतात. जेव्हा त्यांची नातवंडे घरी येतात तेव्हा ओम प्रकाश झोपलेले आहेत असं पाहून ती डायरी हळूच घेतात आणि त्यांना आजोबांकडून ज्या गोष्टी हव्या असतात त्यांची यादी ही सारी मुले लिहून ठेवतात. आणि एक गोष्ट नक्की असते, जर

ती गोष्ट डायरीत लिहिलेली असेल तर ती होणार म्हणजे होणार. ओ. पी. मुंजाल यांच्या विश्वामध्ये 'राहून गेले' या शब्दाला जागाच नाही.

३१
नेतृत्व घडवा आणि त्यांना त्यांची वाट घडवू द्या

सर्वोत्तम नेतृत्व ते असते जेव्हा लोकांना त्याचे अस्तित्व कमीत कमी जाणवते. जेव्हा त्याचे काम झालेले असते, त्याचे उद्दीष्ट त्याने साध्य केलेले असते, तेव्हा सारेजण म्हणतात, 'हे तर आम्हीच केले.'

– लाओत्से

कोणत्याही कंपनीला टिकून राहण्यासाठी सातत्याने प्रगती आणि विस्तार करावाच लागतो. जर तुमची प्रगती होत नसेल तर तुमचा प्रवास उलट्या दिशेने सुरू आहे हे नक्की. परंतु प्रगती हा विषय सर्वांच्या मानसिकतेत समानरितीने भिनलेला असणे आवश्यक असते. तुम्ही लोकांचा विकास करण्यासाठी जबरदस्ती करू शकत नाही. लोकांनी अधिक चांगले काम करावे यासाठी देखील तुम्ही जबरदस्ती करू शकत नाही. लोकांना एखाद्या कामासाठी चालना देणे अथवा प्रेरणा देणे ही गोष्ट केवळ लाडीगोडी लावून करता येऊ शकत नाही. या बाहेरून होणाऱ्या गोष्टी नाहीत. जर या गोष्टी आतून आल्या नाहीत तर त्यासाठी सतत ढकलत राहिल्याने केवळ थकून जायला होते अगर नैराश्य येते.

ओ. पी. मुंजाल यांना जेव्हा कंपनीच्या धोरणांविषयी एखादी चर्चा करायची असते तेव्हा ते साऱ्या लोकांना एकत्र करतात. ''आपण दररोज १८ हजार सायकली बनवत आहोत. सायकलींमध्ये जगातील सर्वात मोठी उलाढाल आपण करत आहोत.'' ते सर्वांना विचारतात, ''हे कुणी करून दाखवले?''

''आपण केले.'' सारे कर्मचारी एकसाथ ओरडतात.

''उद्यापासून तुम्ही दररोज १८३०० सायकली तयार करून दाखवू

शकाल?''

होकाराचा जोरदार आवाज येतो.

''होय? मग होईल का हे नक्की? उद्यापासून सुरुवात करायची?''

''होय. नक्की होईल.'' एकजुटीचा तो आवाज सर्वत्र निनादतो आणि सारे जण पुन्हा आपापली कामे करण्यासाठी जातात.

कंपनीची उद्दिष्टे साध्य करण्यासाठी ओ. पी. मुंजाल हे अशाप्रकारे बैठका घेतात. अवघ्या दहा मिनिटांमध्ये उद्दिष्ट जाहीर केले जाते व कर्मचाऱ्यांकडून स्वीकारले जाते आणि पुन्हा काम सुरू होते. अगदी असेच घडते सारे! दरम्यानच्या काळात इतर कंपन्या मात्र लक्षावधी डॉलर्स खर्च करत असतात, बैठका आयोजित करतात व कंपनीचे उद्दिष्ट आणि कंपनीचे लक्ष्य साध्य करण्यासाठी कर्मचाऱ्यांच्या गळी उतरवू पाहतात. त्यांनी काय आणि कसे कंपनीसाठी काम करायचे हे सांगत राहतात. लोकांना त्यांची उद्दिष्टे समजावून सांगण्यात व ती पूर्ण करण्यासाठी त्यांच्यामध्ये उत्साह निर्माण करण्यासाठी त्यांच्ये लक्षावधी मानवी तास वाया गेलेले असतात.

जागतिक दर्जाच्या कंपन्यांनाही जे करण्यासाठी दहा दिवस लागतील ते ओ. पी. मुंजाल यांनी अगदी सहजतेने अवघ्या दहा मिनिटांत केलेले असते.

अर्थात यात एक गंमत अशी आहे, की हे सारे वाचून जर एखादा अतीउत्साही उद्योजक उठला आणि त्याच्या कंपनीत जाऊन त्याने सारे कर्मचारी एकत्र केले आणि त्यांना म्हणाला, ''तुम्ही उद्यापासून कंपनीचे उत्पादन १० टक्क्यांनी वाढवून दाखवाल का?'' तर ओ. पी. मुंजाल यांना जो प्रतिसाद मिळतो तो त्याला निश्चितच मिळणार नाही.

ओ. पी. मुंजाल यांनी त्यांच्या कर्मचाऱ्यांची काळजी घेण्यासाठी कैक वर्षे खर्ची घातलेली आहेत. त्यामुळेच ते अशाप्रकारची मागणी हक्काने करू शकतात. खरोखर सारे कर्मचारी मिळून दुसऱ्या दिवसापासून ३०० जादा सायकली बनवू शकतील का? त्यासाठी आवश्यक असणारे धोरण कोण ठरवणार? त्यासाठी आवश्यक असणारी आर्थिक तरतूद कोण करणार? त्यासाठी लोकांच्या कामाची व्यवस्था कशाप्रकारे आखली जाणार? उत्साहाच्या भरात दिलेला शब्द जर पूर्ण होऊ शकला नाही तर काय करायचे?

'इच्छा तिथे मार्ग' या उक्तीवर ओमप्रकाश यांचा पूर्ण विश्वास आहे. जर त्यांच्या लोकांची मनापासून इच्छा असेल तर तेच त्यातून मार्ग शोधतील.

हिरो डिलरशिपचे इतके मोठे जाळे त्यांनी कशाप्रकारे विस्तारले आणि विणले असे विचारले तर ते म्हणतात, मला सुटे भाग विकण्याचा मार्ग सापडला होता. मला कुणीही शिकवायला आलेले नव्हते. मी शिकलो आणि दररोज शिकत राहिलो. जेव्हा कोणताही मार्ग समोर दिसत नव्हता तेव्हा माझी वाट मी घडवली. जर माझ्या लोकांना १८३०० सायकली दररोज खरंच बनवायच्या असतील तर तेच त्याच्यातून नक्की मार्ग शोधून काढतील. भूतकाळात जसा होता तसा माझा आजही त्यांच्यावर पूर्ण विश्वास आहे. ते नेहमी त्यांच्या शब्दाला जागतात. ते त्यांच्या समस्यांचे ओझे माझ्या खांद्यावर कधीही टाकत नाहीत. ते त्यांच्या समस्या स्वतःच सोडवतात. ते नक्की मार्ग काढून दाखवतील. जर त्यांना मदत लागली तर ते मला नक्की विचारतील. जर त्यांना अतिरिक्त आर्थिक गरज भासली, अधिक मशीन्स लागल्या किंवा अतिरिक्त मनुष्यबळ लागले तर ते मला विचारतील. मी त्यांचे स्वामित्त्व मानतो. जर मी त्यांना सातत्याने सांगत राहिलो की काय आणि कसे करायचे तर त्यांना आपण मोठे झालो, आपण काही तरी निर्माण करीत आहोत ही भावना कशी निर्माण होऊ शकेल?

''उद्यापासून ते सारे मिळून ३०० जादा सायकली नक्की तयार करतील, मला हे नक्की माहीत आहे. त्यांच्यातील काही जण अधिक तास काम करतील. त्यांच्यातील काहीजण तर प्रसंगी बाहेरून कर्मचारी आणतील. मला याचीही कल्पना आहे. ते त्यांचा मार्ग शोधतील आणि हाती घेतलेले काम पूर्ण करतील. मला त्याची पूर्ण खात्री आहे. आणि त्यानंतर या प्रमाणे काही दिवस गेल्यानंतर ते एक व्यवस्था तयार करतील जेणेकरून अतिरिक्त सायकलींचे उत्पादन नियमितपणे होत राहील. त्यानंतर ते योग्य अशी आर्थिक तरतूद आणि बदलांची मागणी करतील. ते कसा विचार करतील हे मी जाणून आहे. ते काम कसे करतात हे देखील मला माहित आहे. कधीही पूर्णपणे योग्य किंवा अयोग्य असे मार्ग नसतात. मी त्यांना 'त्यांची' वाट शोधू देतो. मी त्यांना त्यासाठी आवश्यक असणारी शक्ती देतो आणि त्यासाठी त्यांना जबाबदारीची भावनाही देतो. त्यानंतर ते करून दाखवतात. असा विश्वास अन् स्वातंत्र्य दिलं तर तुम्ही नाही करणार का?''

३२
रोजचा दिवस नित्यनूतन, नव्या आश्वासनांचा आणि अधिक चांगल्या संधींचा

कोणत्याही गोष्टीची सुरुवात करण्यासाठी परिस्थिती चांगली होण्याची वाट पाहत बसू नका, तुम्ही सुरुवात केलीत की परिस्थिती आपोआप चांगली होत जाते.

– ॲलन कोहेन

जेव्हा तुम्ही एखाद्या अब्जावधी डॉलर कंपनीचे अध्यक्ष असता तेव्हा कंपनीच्या भवितव्याच्या दृष्टीने तुम्ही घेतलेल्या प्रत्येक निर्णयाला कमालीचे महत्त्व असते. काही वेळा तुम्हाला न आवडणारे कटू निर्णय घ्यावे लागतात. ओ. पी. मुंजाल हे निर्णय घेण्यात सक्षम आहेत. समस्येवर चटकन पर्याय शोधणाऱ्यांपैकी ते आहेत. त्यांना समस्या, गुंतागुंतीची परिस्थिती किंवा अनिश्चितता यांच्याभोवती उगीचच घुटमळत राहायला आवडत नाही. ते तुम्हाला उगीचच आडाखे बांधायला लावत नाहीत, ते तुम्हाला उत्तर देऊन मोकळे होतात. त्यांचा निर्णय आणि त्यांचे उत्तर हे बहुतांश वेळा नाहीपेक्षा हो असेच असते. त्यामुळे त्यांच्या विश्वामध्ये जर–तर, किंतु–परंतु या शब्दांना स्थान नाही. किंवा उगीचच लांबवलेले विषय नाहीत. त्यांचे टेबल नेहमी पूर्णतः रिकामे असते. त्यांची प्रतिक्षा पाहत कधीही फायली किंवा पेपर्स पडलेले नसतात. अवघ्या क्षणार्धात निर्णय घेण्याबद्दल त्यांची ख्याती आहे. ते क्षणात निर्णय घेतात व त्याची अंमलबजावणी सुरू करतात. अर्थात त्यातील काही निर्णय हे नफ्याच्या दिशेने नेतातच असे नाही परंतु ते असं मानतात, की जोपर्यंत एखादा सातत्याने पुढे जात आहे, तो पर्यंत अधिक चांगल्या व त्याहीपेक्षा चांगल्या गोष्टी होण्याची आशा नक्कीच असते.

त्यांच्या मते कोणताही निर्णय न घेणे हाच सर्वांत वाईट निर्णय. ते कधीही अल्प प्राप्ती किंवा फायद्याकडे पाहत नाहीत. त्यांच्या दृष्टीने चिंता किंवा भांडण या गोष्टी केवळ वेळेचा अपव्यय करतात. आणि तीच वेळ जर हातात असेल तर भवितव्याच्या दृष्टीने अधिक चांगल्या गोष्टी करू शकता. काही दिवसांच्या चर्चेनंतर एखाद्या विषयावर अधिक चांगला निर्णय होणार असेल तर ते काहीही न बोलता केवळ शांत राहतील.

३३
धरसोडपणा नको !

अर्धवट सुरुवात करू नका आणि मध्येच सोडूही नका.

–ह्युबर्ट एच. ह्युफ्रे

पंजाबमध्ये एकदा कर्मचाऱ्यांचा संप झाला. हिरो सायकल्स फॅक्टरी बंद ठेवण्याच्या सूचना होत्या. कर्मचाऱ्यांच्या मागण्यांचा सन्मान करण्यासाठी फॅक्टरीच्या गेटवर कुलुप लावून प्रतिकात्मक निषेध करण्यात आला होता. तसेच कर्मचाऱ्यांनाही घरी जाण्यास सांगितले होते व जोपर्यंत संप संपत नाही तोपर्यंत परत न येण्याच्या सूचना होत्या. ओ. पी. मुंजाल मात्र त्यांच्या ठरलेल्या वेळी ऑफिसमध्ये होते. त्यांनी कर्मचाऱ्यांना सांगितले की ते घरी जाण्याचा मार्ग निवडू शकतात. त्यांनी मात्र बाह्या सरसावल्या आणि म्हणाले, ''मला ऑर्डर पूर्ण केली पाहिजे. मला माझ्या कामावर जायलाच हवे.'' इतकं बोलून ते शांतपणे स्वतः शॉप फ्लोअरवर गेले आणि सर्व मशीन्स सुरू केल्या आणि कामाला सुरुवात देखील केली.

''अहो, पण कर्मचाऱ्यांचा संप आहे.'' व्यवस्थापकाने त्यांना सांगितले आणि शॉप फ्लोअरवर काम करण्यापासून ओम प्रकाश यांना परावृत्त करण्याचा प्रयत्न करून पाहिला. ''हे आपले डिलर्स एकवेळ समजून घेतील. तुझ्या वाढदिवसाला आपण सायकल घेऊ असे आश्वासन ज्या पालकांनी त्यांच्या मुलाला दिले असेल त्या मुलाला हे तुम्ही कसे समजावणार?,''. ते म्हणाले, ''जर शब्द दिलेला असेल तर त्याचा मान राखायला हवा ना. मी माझ्या परीने जितक्या शक्य होतील तितक्या सायकली तयार करीन. आणि मी माझ्या लोकांना दिलेला शब्द पूर्ण

करण्यासाठी जितके शक्य आहेत तितके प्रयत्न करीन. एखाद्याला दिलेला शब्द मोडण्याचे काय कारण आहे?''

आणि ते खरोखर सायकल तयार करण्याच्या कामात गुंतून गेले. त्याचा परिणाम असा झाला की, अवघ्या काही मिनिटांमध्ये सारे कर्मचारी त्यांच्या कामावर परत आले. बाहेर फॅक्टरीला कुलुप तसेच होते पण कर्मचाऱ्यांचे हात कामात गुंतलेले होते. त्यादिवशीसुद्धा ठरल्याप्रमाणे सर्व ऑर्डर पूर्ण झाल्या. दिवस संपण्यापूर्वी विक्रीला पाठवण्याची सर्व ऑर्डर तयार होती. त्या दिवशी सारे कर्मचारी फॅक्टरीमध्येच झोपले कारण, जर हा प्रकार कामगार संघटनेच्या लक्षात आला असता आणि त्यांनी सहकार्य केले नाही हे समजले असते तर हिंसक परिस्थिती ही उद्भवू शकली असती. विशेष म्हणजे ओमप्रकाशही त्यांच्यासोबत तिथेच रात्रभर थांबले. त्या दिवशी मालकासह सारे कर्मचारी तिथेच फॅक्टरीच्या शॉप फ्लोअरवर झोपले.

३४
यशस्वी बनण्याची शिस्त हीच गुरुकिल्ली

आत्मसन्मान हे शिस्तीच्या वेलीला आलेले फूल असते. स्वतःला नाही म्हणण्याची क्षमता विकसीत केल्यानंतरच आत्मप्रतिष्ठा विकसीत होत जाते.
                                            – अब्राहम जोशुआ हेसचेल

शिस्तबद्धतेचं दुसरे नाव ओ. पी. मुंजाल असू शकते! कामाच्या बाबतीत ते इतके काटेकोर आहेत. त्यांचे काम, त्यांचे आयुष्य, त्यांचे कामावर येणे आणि जाणे या साऱ्या गोष्टी तंतोतंत वेळेवर होत असतात. दररोज ते सकाळी ६ वाजता न चुकता उठतात. सकाळी ७.३० वाजता चालायला जातात. ठीक ८ वाजून १५ वाजता ते पेपर वाचतात. ८.४५ वाजता आंघोळीला जातात. ९.१५ वाजता नाश्ता करतात. कामावर जाण्यासाठी ९.४५ वाजता निघतात. एकदा ओम प्रकाश यांच्या घरी एकजण भेटायला आला. त्याच्यासोबत त्यांनी चहा घेतला आणि ८.१५ वाजेपर्यंत त्यांच्याशी गप्पा मारल्या. त्याक्षणी मात्र ते उठले आणि म्हणाले, ''माझी पेपर वाचायची वेळ झाली.'' ओ. पी. मुंजाल हे कुणासाठीही थांबत नाहीत.

प्रत्येक गोष्टीची एक वेळ असते. आणि काही वेळेस तो क्षण आपण गमावला तर त्या क्षणाचे जे महत्त्व असते ते देखील आपण गमावून बसतो. त्यांची कंपनीही याबाबतीत त्यांचे अनुकरण करताना दिसते. जेव्हा नेतृत्व करणाराच शिस्तीचा भोक्ता असतो तेव्हा संपूर्ण संस्था आपोआपच अनुकरण करते.

हिरो सायकल्समध्ये उच्च पदावर असूनही, नेतृत्व करत असूनही कुणाचेही शोषण केले जात नाही. कोणत्याही सवलतींची मागणी न करता त्यांचा हा लीडर त्यांच्यासाठी ज्या गोष्टी करतो तो त्यांच्या वृत्तीचा भाग आहे. खऱ्या

अर्थाने नेतृत्व कसे असावे याचे एक आदर्श उदाहरण ओ. पी. मुंजाल यांनी त्यांच्या शिस्तबद्ध आयुष्यातून घालून दिले आहे.

शिस्त आली म्हणजे नियंत्रण आलेच. ज्यांच्या आयुष्यात शिस्तीचा अभाव असतो अशा लोकांचे त्यांच्या कामावर व आयुष्यावर नियंत्रण नसते. असे एखादे साम्राज्य उभे करण्यासाठी संपूर्ण संस्थात्मक नियंत्रण असणे गरजेचे असते. शिस्तीच्या माध्यमातूनच असे नियंत्रण प्रस्थापित करणे हे कोणत्याही लीडरचे खरे कौशल्य असते.

३५
साधी राहणी, उच्च विचारसरणी

खरी सभ्यता साधेपणातच असते.

–लिओनार्दो दा विंची

साधी राहणी, उच्च विचारसरणी हे ओ. पी. मुंजाल यांच्या जीवनाचे तत्त्वज्ञान असून ते स्वतः खरच तसे जगतात.

''छोटे बाऊजींना छोट्या छोट्या गोष्टींची अजिबात पर्वा नसते. ते अजूनही अनेकदा ॲम्बेसिडर कारमधून जातात. जेव्हा आजकाल प्रत्येकजण मात्र नव्या कारच्या मागे लागलेला आहे. पण त्यांना मात्र ॲम्बेसिडरच अधिक आठवत राहते. त्यांचे म्हणणे असते, ॲम्बेसिडर अजूनही अतिशय चांगल्या प्रकारे काम करते त्यामुळे वेगळ्या कारची गरज नाही. आता त्यांच्याकडे जग्वार असली तरीही ते त्यांच्या जुन्या ॲम्बेसिडरमध्येही तितकेच आनंदी व समाधानी असायचे. त्यांची अजूनही एक तक्रार असते की, ॲम्बेसिडरप्रमाणे जग्वारमध्ये जास्त लोक बसू शकत नाहीत.'' असे जी. डी. कपूर सांगतात.

१९९१ मध्ये ओमप्रकाश यांनी त्यांच्या घराचे नुतनीकरण करावे असे त्यांच्या काही डिलर्सनी ओम प्रकाश यांना सुचवले. हेच ते घर जिथे अनेक वर्षांपासून ते व त्यांचे बंधू त्यांच्या वॉशबेसिनजवळ जमून हिरो सायकल्सच्या भविष्याला दररोज सकाळी आकार द्यायचे. डिलर्सच्या मते त्यांचे घर त्यांच्या प्रतिष्ठेला साजेसे नव्हते. इतक्या कमी कालावधीमध्ये यशाच्या शिखरावर पोहोचलेल्या माणसाच्या दृष्टीने त्यांचे घर खूप साधे दिसते असे त्यांचे मत होते. त्यामुळे ओम प्रकाश यांनी काहीजणांचा सल्ला

घेतला आणि फर्निचरची नव्याने मांडणी केली आणि भिंतींना नव्याने रंग दिला.

दुपारच्या जेवणाच्या वेळी ते त्या सर्व कर्मचाऱ्यांना जेवण्याच्या टेबलावर एकत्र करत असत. ओपी यांना सर्वच कामगारांविषयी कमालीचा आदर आहे. दुसऱ्यांच्या आयुष्यात सुधारणा करण्यासाठी वेळ आणि प्रयत्न खर्ची करणाऱ्या प्रत्येकाविषयी ते आदर बाळगतात. मग तुम्ही कोणते काम करता याच्याशी त्यांना काहीही घेणे देणे नसते. ते समान दृष्टीने साऱ्यांकडे पाहतात.

जेव्हा घराला रंग देण्याचे काम पूर्ण झाले. त्यानंतर डिलर्सनी पुन्हा एकदा त्यांच्या घरी भेट दिली आणि त्यांची कमालीची निराशा झाली. ''तुम्ही केवळ घराच्या भिंती पुन्हा रंगवल्या आणि पुन्हा फर्निचर ठीकठाक केले.'' ते सारे ओम प्रकाश यांना ओरडले. ओम प्रकाश यांच्या मते आता घर अधिक स्वच्छ आणि प्रकाशमान झाले होते. तेव्हा डिलर्सनी सांगितले, तुमच्या घराची चांगल्या रितीने रचना करून देईल आणि तुमच्या प्रतिष्ठेला साजेसे असे घर बनवेल अशा एका डिझायनरला बोलवा.

त्यानंतर काही वर्षानंतर त्यांच्या सहकाऱ्यांच्या सततच्या आग्रहामुळे त्यांनी अखेरीस एका डिझायनरला बोलावले आणि त्याच्याकडून फर्निचर, पडदे आणि कार्पेट बदलून घेतले. जेव्हा त्यांचे डिलर्स पुन्हा आले तेव्हा जुजबी बदल केलेले पाहून त्यांची पुन्हा एकदा निराशाच झाली. अखेर त्यांच्या सूनेला त्यात पडावे लागले आणि तिने संपूर्ण घराचे नूतनीकरण केले.

इतकेच कशाला ओम प्रकाश त्यांचा मोबाईलदेखील वापरत नाहीत. जेव्हा त्यांचा नातू येतो तो त्यांचा फोन हातात घेतो तेव्हा त्यावर अनेक मिसकॉल व उत्तर न दिलेले मेसेज असतात. एकदा तर त्यांच्या मोबाईलवर २७ मिसकॉल होते. जेव्हा त्यांच्या नातू अभिषेकने त्यांना ते दाखवले. तेव्हा ते आश्चर्याने म्हणाले, ''ओह.. मी कितीतरी कॉल मिस केले. परंतु ज्या अर्थी दिवस चांगला गेला त्याअर्थी काळजी करण्याचे कारण नाही.'' ते अशा गोष्टींची फारशी पर्वा करत नाहीत. जर एखाद्याला त्यांच्याशी बोलायचे असेल तर तो ऑफिसमध्ये अथवा घरी येऊन बोलू शकतो. एखाद्या कार्यक्रमाचे निमंत्रण देण्यापलिकडे सेलफोनचा वापर म्हणजे वेळेचा अपव्यय आहे असे ते मानतात. सातत्याने जर फोन वाजत असेल तर कुणीही त्याच्या कामावर एकाग्र होऊन लक्ष्य केंद्रीत कसा करू शकेल?,

सातत्याने कसले तरी विनोद येऊन रिंग वाजते, टेलिसेल्सचे मेसेज किंवा सोशल मिडिया या साऱ्यांमध्ये अडकलो तर आपले लक्ष कशावरही केंद्रित कसे होणार? जर ओ. पी. मुंजाल हे मोबाईल तंत्रज्ञानाच्या जाळ्यात अडकले असते तर त्यांच्या डिलर्सना स्टेशनपासून फॅक्टरीचा रस्ता शोधत फिरावे लागले असते. त्यांच्या ऑफिसला येण्याच्या वेळा मागे पुढे होत राहिल्या असत्या. त्यांचे ताणतणाव निष्कारण वाढले असते. त्यांच्या चेहऱ्यावरील सुरकुत्या अधिक गडद झाल्या असत्या आणि वाढतच गेल्या असत्या. आजच्या पेक्षा ते अधिक वृद्ध दिसले असते.

त्यांनी आजवर कधीही इ-मेल पाठवलेली नाही. ते कॉन्फरन्स कॉलसारख्या प्रकारांवर विश्वास ठेवत नाहीत. ते तुम्हाला व्यक्तिगत येऊन भेटतील आणि त्यांच्या डोक्यात असणारा विषय सांगतील. तुम्हाला उगीचच कोणत्याही विषयात अधांतरी ठेवणार नाहीत. ते निर्णय घेतील आणि पुढे जातील. त्यासाठी कॉन्फरन्स कॉल त्यांना आजिबात गरजेचा वाटत नाही.

एके दिवशी एक नवे मॅनेजर ओमप्रकाश यांना भेटले. त्यांच्या मांडीवर लॅपटॉप होता. त्यांनी प्रकल्पाचे विस्तृत असे सादरीकरण तयार केलेले होते. ओम प्रकाश यांनी लॅपटॉप बंद करायला सांगितले आणि प्रकल्प काय आहे हे समजावून सांगायला लावले. अवघ्या ३० मिनिटांत ओम प्रकाश यांना प्रकल्पाविषयीची सारी माहिती मिळाली होती. त्याच्याशी संबंधित असणाऱ्या लोकांना लगेच बोलावण्यात आले. त्यानुसार कामाचे वाटप करण्यात आले. त्यासाठी आवश्यक असणारी आर्थिक तरतूद मंजूर करण्यात आली.

ओ. पी. मुंजाल हे तंत्रज्ञानाची उपयुक्तता मानतात. त्यांच्या मते ज्या लोकांना त्याची गरज आहे त्यांनी ते जरूर वापरावे. तो त्यांच्या कामाचा अविभाज्य भाग असेल, त्यातून कामाची परिणामकारकता वाढत असेल आणि वेळेची बचत होत असेल तर ती फार महत्त्वाची गोष्ट आहे. परंतु उत्पादकतेच्या वाटेमध्ये तंत्रज्ञान अडथळा बनत असेल, आणि तुमचा मेलबॉक्स केवळ सीसी, बीसीसीने भरून जात असेल व ते पाहण्याची सुद्धा एखाद्याला गरज वाटत नसेल तर तुमच्या कामातून त्या वेळेचा अपव्यय होत आहे हे नक्की. जर एखादे प्रेझेंटेशन बनवण्यासाठी कित्येक आठवडे जात असतील व तीच गोष्ट मोजक्या वेळेत स्पष्ट करून सांगून काम होत असेल तर तेच करावे. तंत्रज्ञान हे आपल्या कामाचा शत्रू बनता कामा नये. जर

सोशल मिडियामुळे तुमचे लक्ष सातत्याने विचलीत होत असेल आणि सातत्याने मेसेज आल्याने मेंदू रिकामा राहत नसेल तर तंत्रज्ञान हे विनाशकारीच ठरेल. त्याचा परिणाम तुमच्या कामावरही नक्कीच होईल. जर कामाचे तास लांबत असतील आणि लक्ष केंद्रीत होण्याचा कालावधी कमी होत असेल तर तंत्रज्ञान शाप ठरेल, असे ते मानतात.

३६
प्रत्येक गोष्टीचा शेवट आनंदाने.

आमच्या आयुष्याचा अर्थच आनंदी राहणे असा आहे.

– दलाई लामा

मुंजाल बंधूंचा एकूण परिवार हा ६८ सदस्यांचा आहे. त्यातील अनेकांनी हिरो ग्रुप ऑफ कंपनीमध्येच काम केलेले आहे आणि निवृत्ती घेतलेली आहे. २००७ मध्ये ओम प्रकाश, ब्रिज मोहन लाल आणि सत्यानंद यांनी हा कौटुंबिक व्यवसाय स्वतंत्र करण्याचे ठरवले. कोणतेही वाद न होता पुढच्या पिढ्यांना त्यांचे त्यांचे व्यवसाय हाताळता यावेत हाच उद्देश त्यामागे होता. विभक्त होणे आणि स्वतंत्र व्यवसाय सुरू करणे या तशा गुंतागुंतीच्या बाबी. परंतु त्या विषयी ओ. पी. मुंजाल म्हणतात, ''मी विभक्त होण्याबाबत माझ्या भावांशी फक्त बोलेन.'' त्यांनी त्यांच्या मुलालाही सांगितले, ''आम्ही हे साम्राज्य उभे केले आणि आता आम्हीच त्याचे भाग करू.'' त्यांच्याशिवाय, कोणत्याही मुलाला, व्यावसायिक सहकाऱ्याला या विषयी बोलण्याचा किंवा भावना व्यक्त करण्याचा अधिकार नव्हता. या भावनेचा सर्वांनी आदरही केला. ज्या लोकांनी उभे केले आहे त्यांनाच ते स्वतंत्र भाग करण्याचा अधिकार पोहोचतो. हे तर खरेच होते. त्यामुळे या महत्त्वाच्या विषयाचा निर्णय घेण्यासाठी हे भाऊ एका खोलीमध्ये दार बंद करून बसले. त्यांच्या सोबत त्यांचा अकाउंटंट आणि वकील इतकेचजण होते.

'मला फक्त हिरो सायकल्स द्या. बाकी सारे तुमच्याकडे राहू द्या.' ओ. पी. मुंजाल यांनी त्यांच्या भावांना सांगितले.

हिरो सायकल्स हे ओम प्रकाश यांचे जीवन आहे. त्यांच्या मार्गदर्शनाखाली

विस्तारलेल्या अशा हिरो कंपनीच्या १७ शाखांच्या बोर्डांवर ते आहेत. परंतु त्यांचे हृदय गुंतले आहे ते हिरो सायकल्समध्येच! त्याचे डिलर्स, त्यांचे कुटुंबिय, त्यांचे व्यावसायिक सहकारी यांच्यामध्ये! त्यांनी म्हणूनच फक्त हिरो सायकल्स मागितली. त्यांचे मनापासून ज्या गोष्टींवर प्रेम आहे, आणि ते ज्या गोष्टीवर प्रेम करत राहणार आहेत तितकीच गोष्ट त्यांनी मागितली. त्यामुळे हिरो साम्राज्याचे विलगीकरण इतके सहजतेने, मैत्रीपूर्ण व शांत वातावरणात झाले. कुटुंबातील एकाही सदस्याला उठून उभे राहून हे सांगायची वेळ आली नाही, की आम्हाला जे मिळायला हवे होते ते मिळाले नाही. अर्थात त्यांनी जरी अशी कौटुंबिक विभागणी केलेली असली तरीही हिरो ग्रुपच्या १७ कंपन्या आजही एक युनिट म्हणूनच कार्यरत आहेत. कौटुंबिक व्यवसायाची विभागणी प्रामाणिकपणे आणि दुसऱ्यांचा आदर ठेवून कशापद्धतीने केली जाऊ शकते याचाही आदर्श त्यांनी उभा केला. म्हणून आज सारे लुधियाना शहर त्यांच्याकडे अभिमानाने पाहते.

हिरो कंपनीच्या विरोधात आजवर कधीही कुणी कायदेशीर तक्रार केलेली नाही. त्यांना कधीही कोर्टाची ऑर्डर मिळालेली नाही. जेव्हा कंपनीचे नेतृत्व करणारे लोकच न्याय, शिस्त आणि आदर यांचे रक्षण करणारे असतात तेव्हा अशा लोकांना व त्यांच्या व्यवसायांना परंपरेचे वरदान आणि आशीर्वाद नक्कीच लाभतात.

३७
आनंदी माणूस अपसेट का होईल?

आनंद ही काही रेडिमेड मिळणारी गोष्ट नाही. तो तुमच्या कृतींतूनच येत असतो.
– दलाई लामा

ओ. पी. मुंजाल यांच्यासारखे महान व्यक्तिमत्त्व अपेक्षाभंगाचे दुःख कसे सहन करत असेल?

ते सांगतात, ''आपल्यातील कुणालाही अपसेट झाल्यासारखं का वाटतं? अपसेट वाटणं याचा अर्थ तुम्हाला एकाकी आणि कशाचेच नियंत्रण नाही असं वाटणं. परंतु जर तुम्ही त्या परिस्थितीला सामोरे जाऊन ती हाताळायचा प्रयत्न केलात तर तुम्ही काही समस्या सोडवू शकता आणि कधीही अपसेट न होण्यासाठी या गोष्टी मदत करू शकतात. असे नव्हते, की माझ्या आयुष्यात कधी चुकीच्या गोष्टी घडतच गेल्या नाहीत. चुकाही झाल्याच की. एरर्स येत गेल्या. परंतु त्या साऱ्यांवर मार्ग असतोच. आणि जेव्हा एखादा त्यातून मार्ग शोधतो तेव्हा त्याला छान वाटते. जेव्हा आपण गोंधळून जातो तेव्हा आपण अपसेट होत असतो. जेव्हा एखादा हात वर करतो आणि पराभव मान्य करतो तेव्हा तो अपसेट होतोच. परंतु त्यावर मात केल्यानंतर छान वाटण्याची संधी त्यातच दडलेली असते. आणि मुळात अपसेट होण्याचे कारणच काय? समस्या निर्माण झाली तर ती सोडवावी. ती सुटली की आपोआप आनंद निर्माण होतोच.

'जेव्हा मी घरी परत येतो तेव्हा मी घरीच संपूर्णपणे लक्ष द्यावे अशी माझी इच्छा असते. याचा अर्थ जे काही हाताळायचे होते ते दिवसभरातले हाताळून झालेले आहे. ज्या काही समस्या होत्या त्या आता सोडवून

झालेल्या आहेत. सर्व प्रकारच्या चुका सुधारून झालेल्या आहेत. ज्या आवश्यक गोष्टी होत्या त्यांची कार्यवाही पूर्ण झालेली आहे. मग आता अपसेट होण्याचे काय कारण उरते?

''एकदा अशी वेळ होती की आमचा माल कंपनीतून निघणार होता आणि त्याचवेळी ट्रक ड्रायव्हर्सनी संप जाहिर केला. आमचे ५० ट्रक सायकलींनी भरलेले होते परंतु संपामुळे एकही ट्रक जागचा हललेला नव्हता. त्यामुळे माझा मॅनेजर माझ्याकडे आला आणि त्याने चिंता व्यक्त केली. ''आता काय करायचं, छोटे बाऊजी? एक्स्पोर्ट ऑर्डरला आपण उशीर करू शकत नाही.'' त्यावेळी मी त्यांना सांगितले, की ट्रकचा भले संप सुरू असेल परंतु बसेस तर सुरू आहेत ना? सायकली बसमधून नेऊ या.'' त्या दिवशी सर्व माल बसवर टाकून त्यांच्या संबंधित ठिकाणी नेण्यात आला. त्यामध्ये कोणताही त्रास अथवा उशीर झाला नाही.

'जेव्हा समस्या उद्भवते तेव्हा आपण अत्यंत प्रामाणिक आणि सरळपणाने तिचा सामना केला पाहिजे. स्वतः बाह्या सरसावून स्वतःची मदत केली पाहिजे. आपण त्या समस्येवर मात करण्याचा मनापासून प्रयत्न केला पाहिजे व ते साध्य करून पुन्हा आपण आपल्या सामान्य आयुष्यात परत आले पाहिजे. अपसेट होणे हा काही मार्ग नाही. परंतु स्वतःच्या नाशाला कारणीभूत ठरण्यासाठी आणि नव्या समस्यांना जन्म देण्यासाठी ते निमित्त ठरू शकते हे मात्र खरे. अपसेट होणारे लोक हे कधीही समस्या सोडवू शकत नाहीत. ते केवळ नव्या समस्यांना जन्म देतात.

३८
डिलर्सचा हिरो!

कठीण परिस्थितीतून हिरो घडत नाही. कठीण परिस्थितीच्या वेळी आपल्यात दडलेला 'हिरो' बाहेर येत असतो.

–बॉब रिले

ओ. पी. मुंजाल हे डिलर्सचे हिरो आहेत. त्यांनी त्यांची आयुष्यभर सेवा केली आहे. त्याची काही मोजकी उदाहरणे.

रामसरण अगरवाल सांगतात, ''१९९० मध्ये जेव्हा सायकलींच्या विक्रीमध्ये सातत्याने घसरण होत होती तेव्हा हिरो मात्र प्रगती करत होते. आमच्यापैकीच एक डिलर माझ्या दुकानात आला. तो अत्यंत निराश झालेला होता आणि त्याने सांगितले की, सायकल उद्योगाचे भवितव्य अंधारात आहे आणि त्यामुळे मी व्यवसाय बदलण्याच्या विचारात आहे. मला खरंच आश्चर्य वाटले कारण आम्ही खरं तर चांगलं काम करत होतो. जेव्हा मी त्याला माझ्या प्रगतीविषयी सांगितले आणि भविष्यातील दृष्टिकोन सांगितला. तेव्हा तो म्हणाला, याचे कारण तुम्ही सायकल उद्योगक्षेत्रासाठी काम करत नाही. त्यामुळे जे काही घडत असते त्याचा तुमच्यावर काहीही परिणाम होत नाही. तुम्ही हिरोसाठी काम करता आणि हिरो हे स्वतःमध्येच एक मोठे उद्योगक्षेत्र आहे. सायकल उद्योगावर काय परिस्थिती आहे याचा तुमच्यावर काही परिणाम होत नाही. हिरो सायकल्सने त्यांचे स्वतःचे दैव स्वतः घडवले आहे.

'एक दिवस मला हिरो सायकल्सकडून एक चेक आला.' बुल चंद थडानी यांनी लुधियानामध्ये एक पत्रकार परिषद घेतल्याचे ऐकिवात आले होते. त्या पत्रामध्ये म्हटले होते. 'बोनस पेमेंट'! कंपनीकडून एखाद्या डिलरला

कशासाठी बोनस दिला जातोय हे मला काही कळेना. कंपनी आम्हाला कशाला बोनस देईल? आम्ही काही हिरो सायकल्सच्या व्यवस्थापनाचे कर्मचारी नव्हतो. त्यामुळे मी छोटे बाऊजींना फोन केला आणि मला आलेल्या चेकविषयी त्यांच्याकडे विचारणा केली. तेव्हा छोटे बाऊजींनी सांगितले, की एक मोठी एक्स्पोर्ट कन्साइनमेंट केली होती त्याबद्दलचा तो चेक होता. हिरो कंपनी ही सायकल आणि मोटर पार्टस जगभरातील देशांना देत असते. डॉलर रेट खूप वेगाने कमी जास्त झाला आणि त्यांना प्रती डॉलर दहा रुपये जादा मिळाले होते. त्यामुळे कंपनीने असे ठरवले की हे पैसे हिरो सायकल्सला घडवणाऱ्या तीन भागीदारांमध्ये वाटले गेले पाहिजेत. व्यवस्थापन, कर्मचारी आणि डिलर्स. त्यामुळे जास्त आलेले पैसे तिघांमध्येही समान वाटण्यात आले. त्याचा आम्हाला बोनस चेक मिळालेला होता. बहुतांश लोक, जिथे परिवारांच्या मालकीचा व्यवसाय जिथे कार्यरत असतो तिथे त्या लोकांना असा फायदा हाती आला असता तर त्यांनी लगेच एक स्पोर्टस कार घेतली असती. एखादा बंगला बांधला असता, त्यांच्या संपत्तीत भर पडेल असे काहीही केले असते. एखादी भारी ट्रीप केली असती, अथवा मग हिऱ्यांचे दागिने घेतले असते किंवा एखादी लॉटरी लागल्यानंतर माणूस जे काही करू शकेल त्यातील काहीही केले असते. परंतु या सगळ्यांच्यापलिकडे जाऊन व्यवसायाशी संबंधित असलेल्या प्रत्येक घटकामध्ये नफ्याची समान विभागणी करणे हीच कृती तुमच्या व्यवसायाला एका वेगळ्याच स्तरावर घेऊन जाते.

हिरोची सर्वात जुनी डिलरशिप असणारे बलदेव राज सांगतात, ''एका कानपूरमधल्या डिलरने छोटे बाऊजींचे छायाचित्र दुकानामध्ये लावले आहे. एके दिवशी आणखी एक डिलर त्यांच्या दुकानात आला आणि त्याने भिंतीवर ओ. पी. मुंजाल यांचे छायाचित्र पाहिले. त्याने त्याला विचारले, ''हे तुझे वडिल का?'' डिलर म्हणाला, ''नाही.''

''मग हे तुझे मोठे बंधू का?''

डिलर म्हणाला, ''नाही.''

मग त्याने उत्सुकतेने विचारले, ''मग हा माणूस आहे तरी कोण?''

डिलरने सांगितले की हा माणूस म्हणजे हिरो सायकल्सचा मालक आहे. त्यांची डिलरशिप मला मिळालेली आहे.

त्या माणसाने त्याला विचारले, ''ज्या ठिकाणी आपल्या परिवारातील

माणसांची छायाचित्रे लावायची तिथे तू त्यांचा फोटो का लावला आहेस? हा माणूस तुझ्यासाठी इतका महत्त्वाचा आहे का?'' मग त्या डिलरने त्याला विचारायला सुरुवात केली.. ''तू ज्याच्याकडून सायकल खरेदी करतोस तो तुझा मालक कुठे राहतो हे तुला ठाऊक आहे का?'' तो म्हणाला, ''नाही.''

''त्याचे घर कुठे आहे हे ठाऊक आहे का तुला?''
तो म्हणाला, ''नाही.''

'' तू कधी त्याच्याबरोबर जेवण केलं आहेस का? त्याच्या घरी जाऊन कधी राहिला आहेस का? तुझ्या मुलीच्या लग्नात तो कधी आला आहे का? तुझे वडिल आजारी असताना ते समजताच त्याने कधी तुझ्यासाठी पैसे पाठवले आहेत का? तुझेच भाऊ तुला वेगळे काढण्यासाठी धडपडत असताना त्याने तुझी कंपनी वाचवण्यासाठी कधी धडपड केली आहे का?''
तो दुसरा डिलर हे सारे ऐकून अवाक झाला. त्याने आता ओ. पी. मुंजाल यांच्या फोटोकडे अत्यंत आदराने पाहिले आणि विचारले, ''या माणसाने तुझ्यासाठी हे सारे केलेले आहे?'' या भेटलेल्या डिलरने त्याच दिवशी ओ. पी. मुंजाल यांना पत्र लिहिले आणि हिरोची डिलरशिप द्यावी म्हणून विनंती केली.

उद्योगक्षेत्रामध्ये काही समस्या उद्भवल्या तर त्या सोडवण्यासाठी छोटे बाऊजींना बोलावले जाते. जर डिलर्सना त्यांच्या व्यावसायिक किंवा इतर कारणांमुळे काही कौटुंबिक समस्या निर्माण झाल्या तर मध्यस्थी करायला छोटे बाऊजींनाच बोलावले जाते. इतर स्पर्धक कंपन्यांनाही त्यांच्या डिलर्सकडून काही समस्या असतील तर चक्क त्या सोडवायला देखील त्यांनाच बोलावले जाते. त्यांनी लोकांच्या मनात मिळवलेले स्थानच इतके मोठे आहे की, जेव्हा ते एखादा पर्याय सुचवतात किंवा ठराव मांडतात तेव्हा प्रत्येकजण तो मान्य करतोच. निःपक्ष आणि योग्य असा निर्णय घेण्याबाबत त्यांची ख्याती आहे. त्यांनी दिलेल्या निर्णयाचा पूर्वीही सन्मान केला जायचा व आजही केला जातो.'

विक्रीची धुरा सांभाळणारे जंग बहादूर सांगतात, ''मी छोटे बाऊजींसोबत गेल्या ४० वर्षांपासून आहे.त्यांनी माझी किंवा माझ्या मुलाची ओळख कधीही डिलर म्हणून करून दिलेली नाही. ते नेहमी म्हणतात, ''हा माझा भाऊ

आहे.'' किंवा ''हा माझा मुलगा आहे.'' आम्ही नेहमीच त्यांच्या परिवाराचा भाग मानले जातो व तशीच आमची ओळख करून दिली जाते.

बलदेव राज सांगतात, ''मी जेव्हा नुकती कुठे व्यवसायाची सुरुवात केली होती तेव्हा माझी व छोटे बाऊजींची भेट झाली. भगतजी नावाचा एक गृहस्थ हा त्यांचा पहिला कर्मचारी. तो हिरो सायकल्समध्ये अकाउंटंट आणि कॅशियर होता. मी त्याला नेहमीच पांढरा कुर्ता आणि पायजम्यामध्ये पाहिले. आणखी एक लक्षात येणारी गोष्ट म्हणजे, त्याच्या खिशाला कायम दोन पेन लावलेले असत. एक दिवस मी त्याला न राहवून दोन पेन लावायचे कारण विचारलेच. त्याने सांगितले, ''पहिला पेन हा कंपनीचा पेन आहे आणि दुसरा माझा व्यक्तिगत पेन आहे. कंपनीच्या सर्व कामांसाठी मी कंपनीचे पेन वापरतो आणि माझ्या व्यक्तिगत कामांसाठी हा दुसरा पेन वापरतो.'' आता ही त्याने लावून घेतलेली स्वयंशिस्त ओ. पी. मुंजाल यांनी त्याच्यावर थोपवलेली नव्हती. परंतु जेव्हा त्याने स्वतः पाहिले की कंपनीचा मालक स्वतः व्यक्तिगत खर्च कंपनीच्या खर्चामध्ये मिसळू देत नाही. तेव्हा आपसूकच लोक अशा चांगल्या गोष्टींचे अनुकरण करतात.

एका डिलरच्या मुलाला छोटे बाऊजींच्या हाताखाली काम करण्याची संधी मिळाली. साध्या एक कप चहाचा खर्च देखील ते कधीही कंपनीला लावत नसत. कंपनीचे पैसे आपलेच असं मानून ते कंपनीच्या पैशातील एक रुपयाला देखील कधी हात लावत नसत.

३९
काम हीच पूजा

काम हेच खरे दृश्य स्वरुपातील प्रेम असते. आणि जर तुम्ही प्रेमाने काम करू शकत नसाल व त्यात तुम्हाला रुची नसेल, तर तुम्ही ते काम सोडून देणे केव्हाही चांगले. अशांनी सरळ मंदिराच्या बाहेर जाऊन बसावे आणि जे कामाचा आनंद घेतात त्यांच्याकडून भीक्षा घ्यावी.

– खलिल जिब्रान

ओ. पी. मुंजाल हे आता ८६ वर्षांचे आहेत. काही काळ रुग्णालयात होते तो काळ सोडला तर त्यांनी काम केले नाही असा एकही दिवस नाही. अगदी आजारी असतील तरीही ते कामावर जायचेच. 'माझे कामच मला बरे करेल' असे ते म्हणायचे. डॉ. बावा हे त्यांचे इन–हाऊस डॉक्टर हे त्यांना फॅक्टरीमध्ये दररोज सकाळी भेटायला जात आणि त्यांना आजारपणातून बाहेर काढण्यासाठी औषधे देत. ओ. पी. मुंजाल हे शक्यतो आजारी पडत नसत. एखाद्या यंत्राप्रमाणे ते त्यांच्या आरोग्याची आणि शरीराची काळजी घेतात. जर एखाद्या दिवशी तब्येत बिघडल्यासारखे वाटू लागले तर ते लगेच उपाययोजना करतात आणि पुन्हा कामावर जातात.

एकदा ते असेच नियमित आरोग्यतपासणीसाठी गेले असता डॉक्टरांनी सांगितले की त्यांची किडनी खराब झाली असून त्यावर शस्त्रक्रिया करावी लागेल. त्यांनी शस्त्रक्रियेबाबत त्याक्षणी निर्णय घेतला आणि पुढील काही दिवसांतच शस्त्रक्रिया करण्याची तारीखही निश्चित करून टाकली. 'त्या किडनींचा काय प्रश्न आहे तो शक्य तितक्या लवकर एकदाचा मार्गी लावून टाका' असे त्यांनी डॉक्टरांना सांगितले. त्यांच्या मुलांनाही त्यांच्या या निर्णयाचे आश्चर्य वाटले. इतर काही जणांची मते घ्यावीत असा आग्रह

त्यांनी धरला. दिल्लीमध्ये आणखी काही जणांचा सल्ला घेतल्यानंतर लक्षात आले, की तातडीने शस्त्रक्रिया करण्याची तशी गरज नव्हती.

ओम प्रकाश हे ८५ वर्षांचे झाले तेव्हा त्यांना सातत्याने थकवा येत असल्याची तक्रार सुरू झाली. त्यामुळे पंकजने त्यांना हॉस्पिटलमध्ये नेले. ओम प्रकाश यांनी डॉक्टरांना सांगितले, की त्यांना एकाग्रता साधण्यात अडचणी येत आहेत आणि ते लवकर थकून जातात. त्यांचे म्हणणे होते की ते त्यांच्या कामाला १०० टक्के न्याय देऊ शकत नाहीत. सुमारे अर्ध्या एक तासाच्या चर्चेनंतर डॉक्टरांचे म्हणणे असे पडले, की 'छोटे बाऊजी तुम्ही खूप जास्त कष्ट घेत आहात. तुम्हाला आरामाची गरज आहे.'

वयाच्या ८६ व्या वर्षी त्यांनी काम करावे अशी कुणाचीही अपेक्षा नसणार. मग तरीही त्यांना दररोज काम करण्यासाठी कोणती गोष्ट प्रवृत्त करत असेल?

''माझे उद्दिष्ट, स्वप्न हे माझ्यापेक्षा मोठे आहे.'' असे ते म्हणतात अतिकष्ट केल्याबद्दल त्यांची नातवंडे जेव्हा त्यांना ओरडतात तेव्हा त्यांचे हे एकच उत्तर असते.

काम हीच पूजा आहे हा मंत्र त्यांना त्यांच्यावरती बिंबवायचा असतो. 'जेव्हा तुमचे उद्दिष्ट हे तुमच्यापेक्षा मोठे होते तेव्हा ते तुमच्या प्रत्येक वेळेत, प्रत्येक सेकंदामध्ये प्रतिबिंबीत होऊ लागते. माझे उद्दिष्ट आहे, ते म्हणजे लोक आनंदी व्हावेत आणि त्यासाठी मी कष्ट करत राहतो. जेव्हा मी सायकल तयार करतो तेव्हा माझ्या डोळ्यांसमोर शाळेत चांगली कामगिरी केल्याबद्दल तिला बक्षीसरूपाने सायकल मिळणारी लहान मुलगी असते. मी माझी सायकल अशा माणसासाठी बनवतो जो त्या दोन चाकांवरूनच कामाच्या ठिकाणी दररोज जातो. मी अशा तरुण मुलासाठी बनवतो, ज्याला रेसिंगची आवड आहे आणि तो सायकलवरून त्याच्या जीवनाचा मनमुराद आनंद घेतो. जेव्हा ते त्यांच्या आयुष्यातील पहिली सायकल पाहतात तेव्हा त्यांचे चेहरे कसे आनंदीत असतील याची मी कल्पना करत असतो. ते ती सायकल विकत घेतात, त्यांच्या मालकीची ती सायकल त्यापुढील कित्येक वर्ष त्यांच्या सोबत करत असते. त्यांच्यातील त्या मैत्रीच्या अदृश्य बंधांसाठी मी सायकल बनवत असतो. मी इथे दररोज, न चुकता येतो कारण माझ्या उत्पादनाने त्या मैत्रीच्या नात्याला कोणतीही बाधा येऊ नये हा विश्वास मला हवा असतो.

'जेव्हा मी हिरो सायकल्स सुरू केले. जेव्हा मी एका शहरातून दुसऱ्या शहरात सायकली विकण्यासाठी आणि डिलरशिप मिळवण्यासाठी जात होतो तेव्हा हे काम पुन्हा करावे लागू नये म्हणून करत नव्हतो. मी हा परिवार सोडण्यासाठी जोडलेलाच नाही . तरुणपणी आनंद घेता येईल म्हणून मी माझ्या बालपणाचा त्याग केलेला नाही. मी हिरो सायकल्स कंपनी उभारली कारण मला जगण्याचे उद्दिष्ट हवे होते. मला लोकांसाठी जगायचे होते. मी जगतो कारण तिथे असे काही तरी आहे ज्यासाठी मी तिथे जातोच आणि दररोज काम करतो. मी दररोज परत येतो कारण दररोज परत यावे असे काहीतरी मी साकारले आहे. हिरो सायकल्स हेच माझे घर आहे. आणखी दुसरीकडे मी कुठे जाऊ?''

ओ. पी. मुंजाल यांचे आयुष्य दूर नेता येईल परंतु त्यांची पॅशन त्यांच्यापासून कधीही कुणीही हिरावून घेऊ शकणार नाही. हिरो सायकल्स आणि त्याचे हजारो डिलर्स या साऱ्यांनी त्यांचे उद्दिष्ट आपले मानले आहे आणि स्वतःपलिकडे त्याला महत्त्व दिले आहे. ओ. पी. मुंजाल हे त्यांच्या नातवंडांना घडवण्यामध्ये आता त्यांचा भरपूर वेळ देत असतात. त्यांनी ज्या मुल्यांची व संस्कारांची उभारणी करून ती जपली आहेत ती त्यांना समजावीत ही त्यांची धडपड असते. केवळ आर्थिकदृष्ट्या नव्हे तर जबाबदारी, पॅशन आणि उद्दिष्ट या सर्वच स्तरांवर ती जपली जावी असा त्यांचा प्रयत्न आहे.

दोन शब्द प्रशंसेचे...

मुंजाल परिवार आणि छोटे बाऊजी यांच्यासमवेत मी जो काही काळ घालवला तो माझ्या आयुष्यातील सुंदर काळ होता. मला त्या साऱ्यांचे विचार ऐकता आले आणि माझ्या विचारांना दिशा मिळाली. एका लेखकाच्या उत्सुकतेपासून सुरू झालेला हा प्रवास माझ्यासाठी जगण्याचे उद्दिष्ट सांगणारा ठरला. पंकज मुंजाल आणि प्रियांका मल्होत्रा यांनी मला जे सहकार्य दिले त्याचे विशेष आभार मी मानायलाच हवेत. मी ओ. पी. मुंजाल यांच्याविषयी ऐकलेले होते आणि प्रभावित झाले होते. त्यामुळे असा एखादा माणूस खरोखर आहे का, त्याने हे काम खरोखर केले आहे का हे मला स्वतःला पाहायचे होते. तसेच ते असेल तर मला ते साऱ्या जगासमोर आणण्यात खरा आनंद दडलेला होता.

अगदी पहिल्याच क्षणी, जेव्हा मी त्यांना भेटले तेव्हापासून त्या परिवाराने मला सामावून घेतले. त्या साऱ्या परिवाराने ज्या आत्मियतेने माझे स्वागत केले त्यांच्याविषयीची कृतज्ञता मी शब्दांतून मांडू शकत नाही. त्यामध्ये पंकज मुंजाल यांची पत्नी चारु मुंजाल, आदित्य व अभिषेक ही त्यांची दोन मुले यांचा समावेश आहे. चारु म्हणतात, माझे सासरे म्हणजे देवाचे दूत आहेत. ते माझे प्रेरणास्थान आहेत. जेव्हा जेव्हा मला निर्णय घेण्यात काही अडचणी येतात तेव्हा तेव्हा मी विचार करते की आत्ता पप्पांनी कसा निर्णय घेतला असता?' लाईफस्टाईल स्टोअर ओमाची मालक असलेल्या चारु यांनी माझ्या लेखनात ट्रॅकवर राहण्यासाठी मला सुरुवातीपासून खूप मदत केली.

मी जेव्हा पहिल्यांदा आदित्य मुंजाल यांना भेटले तो क्षण मी कधीही विसरू

शकत नाही. कारण त्यांच्या आजोबांविषयी मी तितक्या समर्थपणे लिहू शकेन की नाही याविषयी त्यांनी शंका उपस्थित केली होती. ते म्हणाले, होते, की 'माझ्या आजोबांचे व्यक्तिमत्त्व अगदी नेमकेपणाने तुम्ही एका योग्य संगतीने मांडू शकाल की नाही हे मला सांगता येत नाही. कारण नुसते एक पुस्तक तयार होण्यात काही अर्थ नाही.. कारण माझ्या मते शब्दांमध्ये मावणारे नाहीत. त्यांचे वर्णन करताना शब्द अपुरे पडतील. त्यांना समजून घेण्यासाठी एक आयुष्यदेखील पुरणार नाही. त्यांच्यातील संवेदनशीलता जाणून घ्यायची असतील तर एखाद्याला पाच हृदये असावी लागतील. ते जे काही प्रत्यक्षात करतात, ते का करतात, काय करतात आणि ते करण्यामागे त्यांची सेवेची काय भावना असते, ते समजून घेण्यासाठी एखाद्याला आपल्या शेकडो वर्षांच्या आध्यात्मिक परंपरेचा आधार असायला हवा तेव्हाच हे शक्य होईल.'

परंतु तरीही त्यांनी मान्यता दिली. ते म्हणाले, ''मी जेव्हा माझ्या आजोबांना काम करताना पाहतो तेव्हा मला असे वाटते, की त्यांच्याविषयी कुणाचाही गैरसमज होऊ शकत नाही. त्यांच्या जगण्याचा कुणी चुकीचा अर्थ लावू शकत नाही. कुणीही त्यांना लहान बनवूच शकत नाही. कारण हा माणूस अत्यंत साधा आहे. तितकाच नम्र आहे. तो त्याच्या ध्येयाप्रती एकाग्र होणारा आहे, तितकाच प्रामाणिक आहे आणि आपल्या कामासाठी झपाटून जाणारा आहे. त्यामुळे त्यांच्या या साऱ्या गोष्टी एकही शब्द न बोलता देखील लोकांना समजू शकतात. मी तुम्हाला शुभेच्छा देतो आणि माझ्या आजोबांविषयी पुस्तक लिहिण्यासाठी जो प्रवास होईल त्यात तुमच्यासमवेत नम्रता राहो अशी आशा करतो''

आदित्य यांनी जो विश्वास दाखवला त्याबद्दल मी आभारी आहे.

मुंजाल परिवारामध्ये मी जो काही वेळ घालवला त्यानंतर आमचे नाते मैत्रीच्याही पलीकडे गेले आणि एक आध्यात्मिक बंध निर्माण झाले. हे बंध आता शेवटच्या क्षणापर्यंत असेच राहणार आहेत. मला असा परिवार लाभला, ओ. पी. मुंजाल यांच्यासारख्या महान माणसाचा सहवास लाभला, यासाठी मी स्वतःला नशीबवान मानते. त्यांच्याशी जे काही आंतरिक बंध निर्माण झाले आहेत, त्याविषयी मला इतकी खात्री आहे की मी पुढील आयुष्यात कुठेही गेले तरीही ते तसेच राहतील. कदाचित मी पुन्हा एकदा एखाद्या प्रवाशाला विमानात किंवा ट्रेनमध्ये भेटेन आणि तो मला सांगेल,

''तुम्हाला ते एक सुंदर व्यक्तिमत्त्व असलेले अमुक अमुक माहीत आहेत का? तुम्ही त्यांना नक्की भेटायला हवे.'' मी त्या संधीच्या शोधात असेन आणि ती मिळताच मी त्या दिशेने जात राहीन.

पुरस्कार आणि सन्मान

हिरो सायकल्स

ए. सी. जॉर्ज, युनियन डेप्युटी मिनिस्टर ऑफ कॉमर्सच्या वतीने १९६८–६९ मधील आऊटस्टँडिंग परफॉर्मन्ससाठी गुणवत्तेचे प्रमाणपत्र

ए. सी. जॉर्ज, युनियन डेप्युटी मिनिस्टर ऑफ कॉमर्सच्या वतीने १९७१–७२ साठी राष्ट्रीय पुरस्कार.

डी. पी. चटोपाध्याय, युनियन मिनिस्टर ऑफ कॉमर्स यांच्या वतीने १९७३–७४ मधील निर्यातीचा पुरस्कार

पंजाबचे उद्योगमंत्री बलरामजी दास टंडन यांच्या वतीने १९७५–७६ या वर्षातील उत्कृष्ट निर्यातीबद्दलचा निर्यात पुरस्कार.

जुलै १९७७ मध्ये तत्कालीन राष्ट्रपती बी. डी. जट्टी यांच्या हस्ते १९७५–७६ या वर्षातील आऊटस्टँडिंग एक्स्पोर्ट परफॉर्मन्ससाठी राष्ट्रीय पुरस्कार.

पंजाब शासनाच्या वतीने पंजाबचे उद्योगमंत्री मोहन धारिया यांच्या हस्ते १९७६–७७ या काळातील निर्यातीचा पुरस्कार.

इंजिनिअरिंग एक्स्पोर्ट प्रमोशन कौन्सिलच्या वतीने १९७७–७८चा एक्स्पोर्ट हाऊस ऑफ द इयरचा विशेष पुरस्कार. केंद्राच्या वित्त विभागाचे

व्यवस्थापकीय संचालक हिरेंद्र देसाई यांच्या हस्ते प्रदान.
१९७८-७९ ला आऊटस्टँडिंग एक्स्पोर्ट परफॉर्मन्ससाठी गुणवत्तेचे प्रमाणपत्र. दिनांक ३० मार्च १९८१ रोजी तत्कालीन राष्ट्रपती नीलम संजीवा रेड्डी यांच्या हस्ते प्रदान.

जगातील सर्वात जास्त सायकलींचे उत्पादन करणारी १९८६ पर्यंतची कंपनी म्हणून हिरो सायकल्सचे नाव गिनिज बुक ऑफ वर्ल्ड रेकॉर्डस्‌मध्ये समाविष्ट.

ओम प्रकाश मुंजाल यांना मिळालेले सन्मान.

इंदिरा गांधी नॅशनल युनिटी पुरस्कार १९९०, भारताचे राष्ट्रपती ग्यानी झैल सिंग यांच्या हस्ते प्रदान.

साहित्याच्या क्षेत्रात दिलेल्या योगदानाबद्दल साहीर पुरस्कार. पंजाबच्या राज्यपालांच्या हस्ते मार्च १९९४ मध्ये प्रदान.

शिरोमणी लिखारी बोर्ड, पंजाब यांच्या वतीने साहित्य पुरस्कार. ए. महिंदर सिंग कल्याण यांच्या हस्ते मार्च १९९४ मध्ये प्रदान.

श्रीजन सन्मान - बिझनेसमन ऑफ द इयर २०००-०१ व हॉल ऑफ फेम संगबाद प्रतिदिन. अभिनेत्री मुन मुन सेन यांच्या हस्ते ४ ऑगस्ट २००१ रोजी प्रदान.

युवा उद्योजक पुरस्कार २००१. केंद्रीय माहिती व प्रसारण मंत्री सुषमा स्वराज यांच्या हस्ते प्रदान. राहुल बजाज, चेअरमन ऑफ ज्युरी यांच्या हस्ते युवा पुरस्कार २७ सप्टेंबर २००१ रोजी प्रदान.

उद्योगक्षेत्रातील अद्वितीय अशा योगदानाबद्दल ॲमिटी इंटरनॅशनल बिझनेस स्कूल, नोएडाच्या वतीने ॲमिटी जीवनगौरव पुरस्कार. २७ फेब्रुवारी २००९

रोजी झालेल्या आंतरराष्टीर बिझनेस समिटच्या वेळी कुलगुरू मेजर जन. के. जे. सिंग व संस्थापक अध्यक्ष अशोक चौहान यांच्या हस्ते प्रदान.

पंजाबच्या आर्थिक विकासामध्ये अद्वितीय योगदान दिल्याबद्दल उद्योग रत्न पुरस्कार. पंजाबचे मुख्यमंत्री कॅप्टन अमरिंदर सिंग यांच्या हस्ते प्रदान.

इन्स्टिटट्यूट ऑफ ट्रेड अँड इंडस्ट्रीयल डेव्हलपमेंटच्या वतीने उद्योग पत्र पुरस्कार. केंद्रीय कामगार आणि रोजगार मंत्री सत्य नारायण जटिया यांच्या हस्ते प्रदान.

व्यावसायिक क्षेत्रातील अतुलनीय योगदानाबद्दल पंजाब रत्न पुरस्कार. पंजाबचे राज्यपाल लेफ्ट. जन. जे. एफ. आर. जेकब (पीव्हीएसएम) यांच्या हस्ते प्रदान.
ग्रेट सन ऑफ लुधियाना पुरस्कार. पंजाबचे माजी वित्त मंत्री डॉ. केवल क्रिशन यांच्या हस्ते प्रदान.

उद्योगक्षेत्रातील अतुलनीय योगदानासाठी अनहद सन्मान. पंजाबचे मुख्यमंत्री प्रकाश सिंग बादल यांच्या हस्ते २०१२ ला प्रदान.

www.ingramcontent.com/pod-product-compliance
Lightning Source LLC
Chambersburg PA
CBHW030336030726
47499CB00003B/790
* 9 7 8 9 3 8 3 5 7 2 3 7 3 *